NHÂN QUẢ
PHÓNG SANH

NHÂN QUẢ PHÓNG SANH

GIỚI NGHIÊM *dịch*

NGUYỄN MINH TIẾN *hiệu đính*

NHÂN QUẢ PHÓNG SANH

ĐẠI SƯ LIÊN TRÌ

GIỚI NGHIÊM *dịch*

NGUYỄN MINH TIẾN *hiệu đính*

UNITED BUDDHIST PUBLISHER

NHÀ XUẤT BẢN LIÊN PHẬT HỘI

THAY LỜI TỰA

(Phỏng theo lời Đại sư Liên Trì dạy về việc không nên giết hại súc vật để ăn thịt)

Người đời giết vật ăn thịt, hầu hết đều cho đó là lẽ tất nhiên, cho nên đã mặc tình giết hại, gây biết bao oan nghiệp. Lâu dần thành thói quen, không thể tự biết đó là việc ác. Người xưa có nói, việc giết hại đã gây bao đau khổ, khiến dòng nước mắt chảy mãi không ngừng!

Người sống ở đời quý nhất là mạng sống. Mạng sống bị tổn hại thì dù có vinh hoa phú quý, vợ đẹp con ngoan cũng chẳng còn có ý nghĩa gì. Thế mà chỉ vì một chút thích thú trong sự ăn uống lại nỡ giết đi sanh mạng của loài khác, thật là vô lý! Vì thế, với người có trí tuệ thì lẽ ra việc con người ăn thịt động vật phải là chuyện rất quái lạ. Nhưng sở dĩ không thấy lạ là vì trải qua nhiều đời như vậy mà thành quen thuộc, làng xóm đều xem đó thành tục lệ. Vì thói quen đã lâu nên không thể tự biết đó là sai trái, ngược lại còn cho là lẽ đương nhiên nên không còn thấy là việc lạ. Nay thử xét, nếu có kẻ giết người ăn thịt, ắt sẽ bị pháp luật trừng trị ngay. Vì sao? Vì đó không phải là thói quen. Do thói quen nên không biết sự giết hại là lỗi lầm, đã khiến cho muôn vật phải chịu sự đau khổ, nước mắt chảy mãi không ngừng! Nay xét kỹ trong sự ngu mê ấy, lược có bảy điều khuyên răn, mong tất cả mọi người mau mau tỉnh ngộ mà từ bỏ dần chuyện giết hại sanh linh.

1. Mừng sanh nhật không nên giết hại

Thương thay cha mẹ sanh ta biết bao nhọc nhằn! Ngày ta vừa sanh ra cũng chính là ngày cha mẹ đều phải suy kiệt tâm lực, tổn hao khí huyết, tuổi thọ phải ngắn dần đi. Vì thế, ngày ấy lẽ ra phải biết ăn chay, tránh sự giết hại, cố gắng làm các việc phước thiện để cầu nguyện cho cha mẹ nếu đã quá cố sớm được siêu thăng, nếu còn hiện tiền được tăng thêm phước thọ. Sao chúng ta lại có thể vội quên ơn ấy, ra tay giết hại sanh linh, trên thì gây hại cho song thân, dưới thì chuốc lấy tội lỗi về mình. Chính cái thói quen giết hại trong ngày mừng sanh nhật như thế này đã khiến chúng ta không biết đó là lầm lỗi, gây bao đau khổ cho chính mình và cho biết bao sanh vật tội nghiệp, khiến dòng chảy nước mắt phải chảy mãi không thôi!

Vua Đường Thái Tông là chủ của một vạn

cỗ xe nhưng ngày sanh nhật ông còn không tổ chức; Điền Xá Ông chỉ thu được mười đấu thóc liền mời khách đầy nhà, yến tiệc ngày này sang ngày khác, không biết việc ấy có đáng không? Thời nay có những người khi mừng sanh nhật biết thỉnh chư tăng tụng kinh, cúng dường, làm các việc phước thiện, điều đó thật hay lắm!

2. Mừng sanh con không nên giết hại

Người đời không có con thì khổ tâm, sanh được con liền mừng vui; nhưng lại không chịu suy nghĩ rằng các loài cầm thú cũng vậy, cũng biết mừng vui khi có con. Vậy mà ta vui khi sanh được con lại giết hại con cái của cầm thú, liệu trong lòng có thể yên ổn được chăng?

Khi sanh được con cái, đã không tích lũy phước đức cho chúng, ngược lại còn giết hại tạo thành nghiệp ác, như vậy là ngu si lắm! Do thói quen "ăn mừng" không đúng này nên không tự biết là sai trái, đã gây bao đau khổ cho muôn loài, khiến dòng nước mắt chảy mãi không thôi!

Có người thợ săn một buổi tối uống rượu đã say khướt, nhìn đứa con trai mình mà tưởng là con hươu, liền giết thịt, mổ bụng treo lên rồi đi ngủ. Sáng hôm sau thức dậy gọi con trai để cùng ông mang thịt hươu ra chợ bán. Ngờ đâu chính mình đêm hôm trước đã giết mất con trai rồi! Bấy giờ mới đau đớn quằn quại, chỉ sau năm hôm thì chết. Ôi! Con người và súc vật tuy khác nhau nhưng lòng thương con không khác, sao đành giết hại mà không nghĩ đến nỗi khổ tâm của chúng!

3. Kỵ giỗ ông bà không nên giết hại:

Vào các ngày kỵ giỗ phải tránh hẳn việc giết hại, làm nhiều việc thiện để tích lũy phước đức cho người quá cố. Việc giết hại súc vật để cúng kiếng linh đình chỉ làm tăng thêm nghiệp ác cho người đã khuất. Dẫu cho bày đầy rượu thịt trên bàn cúng, tổ tiên nào có ăn được gì đâu? Đã không có ích mà càng thêm hại. Người có trí tuệ không bao giờ làm như vậy! Do thói quen cúng kiếng này mà không thể tự biết việc ấy là sai lầm, đã gây ra biết bao đau khổ cho loài vật, khiến dòng nước mắt chảy mãi không thôi!

Vua Lương Võ Đế xưa dùng bún gạo để cúng, người đời cười chê rằng tổ tiên không có thịt để ăn! Than ôi! Rượu thịt chưa chắc là sang quý, rau dưa chưa hẳn là đạm bạc. Làm con quý ở chỗ biết tu thân, tuy không linh đình trong việc tế tự theo cách của người đời nhưng biết cúng kiếng tinh sạch, trang trọng thì đấy vẫn là việc tốt lành, đâu cần phải dùng đến rượu thịt? Nuôi vật hy sinh để cúng kiếng chính là bất hiếu, nên thánh nhân không bao giờ làm thế.

4. Ngày hôn lễ không nên giết hại:

Việc cưới hỏi ở thế gian, từ khi dạm hỏi tên tuổi, dâng lễ vật cho đến chính thức thành hôn đều quý ở chỗ đôi bên trân trọng lẫn nhau, đầy đủ lễ nghi ắt là thành tựu. Việc giết hại không phải chuyện cần thiết, càng không phải do đó mà nên vợ nên chồng.

Nói đến hôn nhân là sự khởi đầu của một gia đình, là bắt đầu nghĩ đến chuyện sanh dưỡng con cái. Mình bắt đầu sự sanh dưỡng mà lại làm việc giết hại sanh mạng, chẳng phải là trái ngược lý lẽ lắm sao? Ngày hôn lễ vốn phải chọn ngày lành. Vào ngày lành mà lại làm việc giết hại chẳng lành, vậy chẳng phải là ngu si lắm sao? Do thói quen giết hại để mừng ngày hôn lễ nên người đời không tự biết như vậy là sai lầm, gây ra biết bao đau khổ cho loài vật, khiến dòng nước mắt chảy mãi không thôi!

Người đời khi dự lễ thành hôn luôn cầu chúc cho cô dâu chú rể sống với nhau đến ngày răng long tóc bạc. Cầu mong cho người sống lâu trăm tuổi mà lại chẳng tha cho cầm thú được sống thêm lấy một ngày, chẳng phải là vô lý lắm sao? Nhà gái, ba ngày không tắt đèn, nghĩ đến sự xa nhau. Con người xa nhau thì khổ, cầm thú xa nhau lại sướng hay sao? Cho nên, ngày hôn lễ thật không nên giết hại loài vật.

5. Đãi khách không nên giết hại

Ngày tốt, cảnh đẹp, chủ hiền khách quý, dù tương rau đạm bạc cũng có thể vui vẻ cùng nhau. Đâu cần phải giết hại sanh mạng, rượu thịt đầy bàn, khiến cho sự giết hại gây tiếng oán than ngập trời! Than ôi! Người có chút lòng nhân từ có thể không đau thương lắm sao? Do thói quen giết thịt đãi khách nên người đời không tự biết việc này là sai lầm, đã gây bao đau khổ cho các loài cầm thú, khiến dòng nước mắt chảy mãi không thôi!

Nếu biết miếng thịt trên mâm là do những tiếng oán than ngập trời mà có, nghĩ đến sự đau đớn của con vật là để làm thích thú cái miệng của mình thì chắc chắn không ai nuốt nổi!

6. Cầu mong điều gì không nên giết hại

Người đời mỗi khi mắc bệnh thường giết hại súc vật cúng tế thần linh để cầu khỏi bệnh, không chịu suy nghĩ rằng sự cúng tế của mình là vì muốn khỏi chết, được sống nhưng lại giết hại sự sống của loài vật. Giết hại mạng sống loài vật để mong kéo dài mạng sống của mình, như vậy là quá ư trái ngược với lẽ trời! Thần linh nếu có cũng phải là những vị chánh trực, lẽ nào có sự thiên vị để hưởng lợi như vậy hay sao? Cho nên, mạng sống đã không thể kéo dài mà lại mang thêm nghiệp ác giết hại. Tất cả những kiểu cúng tế mong cầu không hợp lẽ đều là như vậy. Do thói quen giết hại để tế lễ cầu xin nên người đời không tự biết như vậy là lầm lỗi, đã gây ra biết bao đau khổ cho muôn loài, khiến dòng nước mắt chảy mãi không thôi!

Kinh Dược Sư dạy rằng: "Giết mạng chúng sanh để giải tấu với thần minh, kêu ma gọi quỷ xin được phước, kéo dài mạng sống, đều là những điều chắc chắn không thể được." Mạng sống đã không được kéo dài mà mang thêm nghiệp ác giết hại. Các loại cúng tế cầu xin như cầu có con trai, cầu tài lộc, cầu làm quan... đều là vô lý. Cho dù có thật sanh được con trai, có được tài lộc, được làm quan lớn đi chăng nữa, thì đó cũng đều là nhờ phước đức đời trước chứ không phải do quỷ thần ban cho. Ngẫu nhiên thấy được như vậy lại cho là linh ứng, rồi tin chắc, lại càng khẩn thiết mong cầu. Tà kiến như vậy thật quá sâu nặng, khiến cho mê lầm hết đường cứu chữa, đáng thương thay!

7. Vì mưu sanh không nên giết hại

Người đời vì chuyện cơm ăn áo mặc mà giăng lưới, săn bắn... Có kẻ lại làm nghề đồ tể giết trâu bò heo dê để sanh nhai. Thật ra, dù không làm những nghề này cũng còn nhiều việc làm khác để có cơm ăn áo mặc. Mưu sanh bằng nghề giết hại thật là bất nhẫn, ắt không thể tránh khỏi nhân quả hiện tiền. Do nghề nghiệp giết hại mà được giàu sang, trăm người không có một! Trồng sâu nhân địa ngục, chịu quả báo xấu ác đời sau thì không nghề nào bằng những nghề này! Vì sao không nghĩ lại mà tìm những nghề nghiệp khác? Do thói quen lâu ngày nên không biết rằng việc mưu sanh như vậy là lầm lỗi, gây bao đau khổ cho loài vật, khiến dòng nước mắt chảy mãi không thôi!

Chính tôi đã từng tự mình nhìn thấy kẻ đồ tể giết dê khi chết miệng phát tiếng kêu như dê; kẻ bán lươn khi sắp chết đầu chui rúc như lươn. Hai người này đều là hàng xóm sống gần tôi, không phải chuyện trong truyền thuyết. Vì thế, dám khuyên mọi người nên tránh xa sự giết hại. Hủy hoại sự sống của loài vật để đổi lấy miếng ăn của mình thì thà rằng chịu đói mà chết. Than ôi! Việc giết hại loài vật chẳng phải là đáng sợ lắm sao?

KHUYÊN GIỚI SÁT PHÓNG SANH

Từng nghe rằng người đời quý nhất là sanh mạng, thiên hạ thảm thương nhất là khi có nạn giết chóc. Cho nên muôn loài khi thấy nguy hiểm đều trốn chạy, cho đến ruồi, muỗi, kiến, dế... còn biết cố tránh sự chết. Trời sắp mưa thì kiến kéo nhau từng đàn đi lánh nạn. Vì sao con người lại giăng lưới, thả câu... tìm đủ mọi cách săn bắt khiến cho các loài vật phải hồn xiêu phách lạc, mẹ con ly tán? Có loài thì bị giam nhốt, có loài thì bị cắt xéo bày lên mâm. Con nai dễ thương liếm ghẻ mà bị cắt từng khúc ruột. Con vượn sợ chết thấy cái cung mà hai mắt lệ rơi. Dựa vào trí khôn và sức mạnh của mình để bức hại kẻ yếu thật không hợp lẽ. Ăn thịt loài khác để bồi bổ thân mình, người có lòng nhân sao nỡ làm!

Thuở xưa các bậc thánh hiền đều nêu cao đức hiếu sanh. Kìa như vua Thành Thang mở lưới, Tử Sản nuôi cá, con trai ông trưởng giả Lưu Thủy chở nước cứu tôm cá, đức Phật Thích-ca cứu nguy vong mà tự cắt thịt mình, Đại sư Thiên Thai Trí Giả đào ao phóng sanh, tiên nhân đại thụ bảo hộ chim... Chuộc cá mà đắc độ, sự nhân ái để lại cho hậu thế của

Thọ thiền sư không dứt mất. Cứu rồng mà được truyền phương thuốc, phong cách nhân từ của Tôn chân nhân còn đó. Cứu đàn kiến, mạng sống ngắn ngủi của sa-di được kéo dài. Thư sinh đổi sự hạ tiện gọi là thượng đệ. Mao Bảo phóng rùa mà được thoát nạn. Khổng Du lấy chức nhỏ mà được phong hầu. Khuất sư phóng sanh cá ở Thôn Nguyên mà được tăng 12 tuổi. Tùy Hầu cứu rắn ở rừng Tề mà được báo đáp ngàn vàng. Đổi mạng chết ở lò mổ, Trương Đề Hình sanh về cõi trời...

Nguyện cho hết thảy mọi người khi thấy loài vật nơi nơi gặp sự nguy khốn đều phát từ tâm, cứu vật phóng sanh, làm các phương tiện. Như thế thì mạng sống được kéo dài, phước đức càng lớn. Chỉ cần ban ân đến một vật, cũng là việc thiện lớn lao. Nếu ngày tháng một tăng, phước thiện càng thêm sâu dày. Lòng từ đầy trời, tiếng thơm khắp thiên hạ. Lòng từ bi rộng mở, nhiều phước đức ở đời này, còn vun bồi căn lành, hạnh phúc cho đời khác. Nếu lại biết niệm danh hiệu Phật, tụng kinh sám hối, vì chúng sanh mà hồi hướng về cõi Tây phương Cực Lạc, khiến chúng sanh được mãi mãi lìa xa các đường ác thì tâm lượng ấy càng thêm rộng lớn, cội phước càng sâu. Đạo nghiệp nhờ đó nhanh chóng thành tựu, nơi đài sen Cực Lạc nhất định sẽ được vào hàng thượng phẩm thượng sanh!

CÁC TRUYỆN TÍCH NHÂN QUẢ PHÓNG SANH

Nai mẹ đứt ruột

Hứa Chân Quân tên thật là Hứa Tốn, sống vào đời nhà Tấn, tự Kính Chi, người Nhữ Nam (huyện Nhữ Nam tỉnh Hà Nam ngày nay), nhà ở Nam Xương, lúc nhỏ ưa thích võ nghệ, giỏi bắn tên, thích săn bắn.

Một hôm Hứa Tốn vào rừng, bắn trúng một con nai con, nai mẹ quá ư thương con, không nghĩ đến thân mình, chạy lại liếm vào vết thương trên mình nai con. Do mũi tên cắm sâu, vết thương quá nặng, nai con không sống được, nai mẹ đau thương kêu lên thảm thiết rồi chết bên nai con.

Hứa Tốn thấy tình cảnh ấy, kinh ngạc vô cùng. Khi giết thịt, mổ bụng nai mẹ, thấy ruột đứt từng khúc, Hứa Tốn liền động lòng trắc ẩn, thương xót nái mẹ, liền đem chôn. Thì ra nai mẹ thương con chết thảm, vì đau khổ quá độ đến nỗi đứt từng đoạn ruột.

Hứa Tốn vô cùng hối hận, nhận ra rằng con người và súc vật tuy có khác nhau, nhưng lòng thương con là bản tính tự nhiên không khác. Hứa Tốn tự hận mình sao lại tàn khốc đến thế, đã làm hại đến chí tình cốt nhục của trời đất. Từ đó bẻ gãy cung tên, thề không săn bắn nữa.

Sau ông làm quan, được tiến cử là bậc thanh liêm hiếu để, thăng đến chức huyện lệnh Tinh Dương. Gặp loạn Tấn Thất liền từ quan ở ẩn. Rồi về sau lại vào núi sâu ẩn tu, chứng đạo.

Tương truyền sau đó ông đã chu du khắp thiên hạ, dùng đạo hạnh khuyến hóa, dạy dỗ cho dân. Ông mất vào năm Thái Khang thứ nhất, sau đó vẫn thường hiển linh cứu đời, được vua Tống truy phong là Thần Công Diệu Tế Chân Quân, gọi tắt là Hứa Chân Quân, cũng gọi là Hứa Tinh Dương.

Vượn già đau thương rơi lệ

Vào thời Xuân Thu Chiến quốc, Dưỡng Do Cơ làm quan đại phu nước Sở, là một người giỏi bắn cung. Cách một trăm bước, chỉ cần dương cung là có thể bắn rơi một lá dương, trăm phát trăm trúng. Vì thế, người đời khen ngợi phép bắn cung của ông là "trăm bước xuyên lá dương".

Một lần nọ Dưỡng Do Cơ theo vua Sở vào rừng săn bắn. Vua Sở thấy trên cành cây có một con vượn già, liền bảo Dưỡng Do Cơ lắp tên. Dưỡng Do Cơ giương cung sắp bắn, con vượn thấy kinh hoảng rối rắm, nước mắt chảy như mưa.

Vốn là con vượn già này tay chân nhanh nhẹn, có khả năng bắt được những mũi tên bình thường. Nhưng nay đối diện với thần xạ thủ thì cho dù tay chân có nhanh nhẹn mấy, cũng không cách gì bắt được. Đáng thương cho con vượn già, đối diện với cái chết, làm sao không hồn xiêu phách lạc, bi thương rơi lệ?

Vua Thành Thang mở lưới

Vua Thành Thang là thủy tổ khai quốc thời nhà Thương, là một vị vua hiền, nhân đức. Sự xử thế của ông trên hợp với trời, dưới thuận lòng dân.

Một hôm nọ vua vào rừng, thấy thợ săn giăng lưới bốn bề rồi ngước lên trời cầu xin rằng: "Loài chim từ trên trời bay xuống, loài thú từ dưới đất chạy lên, hay từ bốn phương chạy lại, tất cả đều chui vào lưới của tôi."

Vua Thành Thang thấy vậy than thở rằng: "Thợ săn giăng bắt như vậy, không những tàn khốc, mà còn làm cho cầm thú tuyệt chủng, trái với đức hiếu sinh của trời." Do đó ra lệnh mở hết ba mặt, chỉ chừa lại một mặt, rồi đổi lời cầu xin rằng: "Nguyện cho cầm thú nào chạy về hướng phải, thì mau trốn về hướng phải; cầm thú nào chạy về phía trái, thì mau trốn về phía trái; cầm thú nào bay lên, thì mau bay lên; cầm thú nào chui xuống, thì mau chui xuống; chỉ có những cầm thú nào đáng chết mới chui vào lưới của tôi."

Vua Thành Thang ban đức đến cả loài cầm thú, tình thương rộng lớn thật đáng ca ngợi ngàn đời. Chỉ vì nhân dân tích tập đã lâu, khó nghiêm cấm săn bắt, nên đã đề xướng mở ba mặt lưới, còn chừa lại một mặt, và nguyện cho những con thú nào đáng chết mới vào trong lưới, để lấy đó phương tiện giáo hoá người đời, không nên tàn sát chúng sanh, để giảm bớt tội nghiệp. Dụng tâm sâu sắc, quả là một vị vua hiền thương dân yêu vật!

TỬ SẢN NUÔI CÁ

Công Tôn Kiều, tự Tử Sản, làm quan đại phu nước Trịnh thời Xuân Thu, là người có lòng nhân hậu. Khổng Tử từng khen ông là "người có đức nhân ái, noi theo được đức độ của người xưa, tôn kính bậc trưởng thượng, chăm lo cho trăm họ".

Lúc bấy giờ, các nước đều không ngừng tranh chiếm, xâm lấn lẫn nhau, chỉ riêng nước Trịnh việc cai trị trong nước được ổn định, dân chúng sống yên vui, trước tiên là nhờ công lớn giúp việc trị nước của quan đại phu Tử Sản.

Mỗi khi có người mang biếu cá sống, Tử Sản không đành lòng ăn thịt mà bảo gia nhân mang thả nuôi trong hồ. Ông vui vẻ nhìn thấy chúng quẩy đuôi bơi đi bơi lại trong hồ, sung sướng nói: "Đúng chỗ [của mày] rồi đó, đúng chỗ [của mày] rồi đó!"

Qua việc này có thể thấy được lòng nhân đức của Tử Sản là bao trùm đến cả loài vật, không chỉ riêng với con người.

Cũng qua tấm gương nhân hậu của Tử Sản, có thể thấy lòng thương yêu loài vật và thực hành sự phóng sanh đâu chỉ riêng Phật giáo đề xướng, mà quân tử nhà Nho cũng xem là việc nên làm!

Con trai trưởng giả Lưu Thủy dùng voi chở nước

Kinh Kim Quang Minh Tối Thắng Vương có chép rằng: "Con trai trưởng giả Lưu Thủy, tâm địa nhân từ, một lần nọ đi chơi bên ngoài nhìn thấy một cái hồ lớn, nước sắp khô cạn, mạng sống của hàng vạn con tôm cá trong hồ sắp bị mặt trời thiêu chết. Con trai trưởng giả thấy vậy động mối từ tâm, lập tức trở về cầu xin đức vua tạm mượn 20 con voi, chở nước cứu nguy tôm cá sắp chết, vua cảm động mà chấp thuận."

Thế là người con trai trưởng giả liền

cùng hai con đứa con đến chuồng dắt 20 con voi, rồi đến xưởng rượu mượn rất nhiều chum vại, nhanh chóng ra sông lấy nước chở đến đổ vào hồ. Nhờ đó tôm cá được duy trì sự sống, vui sướng quẩy đuôi trong nước mát. Người con trai ông trưởng giả trong lòng cũng rất sung sướng, tinh thần thơ thới, liền thuyết giảng Chánh pháp, nói những lẽ khổ, không, vô thường cho tôm cá nghe. Về sau những tôm cá ấy khi chết đi, thần thức nhờ nhân duyên nghe pháp mà đều được sanh về cõi trời.

Phật Thích-ca Mâu-ni cắt thịt cho chim ưng

Đức Phật Thích-ca Mâu-ni trong quá khứ khi còn tu hành đạo Bồ Tát, có lần gặp một con chim ưng đói, đang đuổi bắt một con bồ câu. Bồ câu hoảng hốt, gặp được Bồ Tát vội chui vào lòng trốn. Chim ưng không bắt được, bay quanh Bồ Tát mãi không chịu đi, nói với Bồ Tát rằng: "Ông vì tình thương mà cứu mạng con bồ câu, chẳng lẽ nỡ để tôi chết đói sao?"

Bồ Tát không nói một lời, lập tức cắt

thịt trên tay mình đưa cho chim ưng. Nhưng chim ưng yêu cầu phải bằng với trọng lượng thịt của chim bồ câu. Bồ Tát lại tiếp tục cắt thịt trên thân mình, nhưng càng cắt lại càng nhẹ, cho đến sắp hết thịt trên thân, mà vẫn không đủ trọng lượng của chim bồ câu.

Chim ưng bèn hỏi Bồ Tát: "Bây giờ ông hối hận rồi phải không?"

Bồ Tát trả lời: "Ta không hề hối hận."

Rồi Bồ Tát phát nguyện: "Nếu lời nói của ta là chân thật, xin cho những vết cắt thịt trên thân thể được lành lặn như cũ."

Vừa nói xong, thì thịt trên thân bỗng nhiên hồi phục như cũ. Chim ưng cảm động bội phục, lập tức hiện thân Đế Thích, cung kính lễ bái Bồ Tát.

Thì ra con chim ưng này chính là Đế Thích hoá ra để thử thách đức nhẫn nhục vô biên của Bồ Tát.

Thiên Thai Trí Giả Đại sư đào ao phóng sanh

Đại sư Trí Giả là cao tăng thời nhà Tùy, là Tổ thứ ba của tông Thiên Thai, tên húy là Trí Khải, được vua nhà Tùy là Tùy Thang đế tôn xưng danh hiệu Trí Giả Đại sư.

Đại sư từng có sáng kiến kêu gọi đông đảo Phật tử cùng quyên góp tiền bạc rồi mua lại hơn 60 địa điểm dọc theo bờ biển Triết Giang, dài hơn 400 dặm để đào ao phóng sanh. Đại sư còn hết lòng khuyên bảo người đời thực hành phóng sanh, tránh xa sự giết hại, đồng thời còn tấu thỉnh lên triều đình xin hạ lệnh lập bia dựng ở các ao phóng sanh, cấm không được bắt cá. Cho đến những năm Trinh Quán đời Đường, các công trình này vẫn còn tồn tại.

Từ đó về sau có rất nhiều vị minh quân, cao tăng tiếp tục noi theo tấm gương sáng và đức độ của ngài Trí Giả. Năm Càn Nguyên thứ 2 đời Đường Túc Tông, vua hạ chiếu khuyến khích nhân dân huyện Châu đào ao phóng sanh. Năm đầu Thiên Hy đời Tống Chân Tông cũng có chiếu khuyến khích nhân dân khắp nơi đào ao phóng sanh. Tây Hồ ở Hàng Châu chính là ao phóng sanh được thiết lập vào thời nhà Tống, ngày nay đã trở thành một thắng cảnh nổi tiếng.

Đến triều Minh, đại sư Liên Trì cũng thành lập hai ao phóng sanh ở Thượng Phương và Trường Thọ, đồng thời viết bài văn Giới sát phóng sanh lưu hành rộng khắp trong thiên hạ.

Như vậy, từ xưa đến nay những bậc hiền nhân quân tử ngưỡng mộ nhân đức, phát tâm cứu tế loài vật quả thật nhiều vô số!

Đáng tiếc thay, thời gian trôi qua, những người đề xướng sự phóng sanh cứu vật đều đã qua đời, thời thế dần thay đổi, pháp lành cũng suy thoái. Những kẻ dùng đèn bắt cá ngày nay nhiều như sao trên trời! Ban đêm, cá thấy đèn liền bơi lên mặt nước. Thậm chí nhiều nơi còn tổ chức những hoạt động như thi câu cá xem ai câu được nhiều hơn, quả thật dễ khiến người ta phải đau lòng!

Tiên nhân đại thọ cứu chim

Xưa có một vị tiên tu hành trong núi sâu, thường ngồi tĩnh toạ dưới một gốc cây đại thọ, trầm tư thiền định.

Lúc bấy giờ nhằm mùa đông, trời rất lạnh. Lúc trời sắp tối có một chú chim non nhỏ đói lạnh bay đến, nấp trong lòng vị tiên, mong được một chút hơi ấm. Vị tiên sợ làm kinh động con chim nhỏ nên ngồi yên không cử động để chim non không sợ hãi. Đợi đến ngày hôm sau, chim non không còn lạnh nữa, bay đi chỗ khác, vị tiên nhân khi ấy xuất định.

Tấm lòng từ bi thương yêu động vật, dù đối với một con chim bé bỏng cũng quan tâm đến như vậy!

Thọ Thiền sư chuộc cá đắc độ

Đại sư Vĩnh Minh tên là Diên Thọ, sống vào đời nhà Tống. Ngài là Tổ thứ sáu của tông Tịnh độ. Khi còn chưa xuất gia, ngài thường bỏ tiền mua loài vật để phóng sanh. Lúc Ngô Việt Vương là Tiền Văn Mục trấn thủ Hàng Châu, ngài làm thủ khố huyện Hàng. Ngài đã sử dụng tiền trong công khố để mua rất nhiều tôm cá phóng sanh. Vì thế bị buộc tội là ăn trộm quốc khố và theo pháp luật phải bị xử tử.

Ngô Việt vương là người tin sâu pháp Phật, biết rõ ngài lấy tiền công quỹ là để phóng sanh. Do đó ra lệnh cho quan chấp hành hình phạt, khi sắp chém phải chú ý quan sát sắc mặt, lời nói của ngài thế nào rồi về bẩm báo trước. Khi ngài bị dẫn ra pháp trường, trên mặt không biểu hiện một chút sợ hãi nào, mọi người ai cũng rất kinh ngạc liền gạn hỏi. Ngài đáp: "Đối với quốc khố, tôi không hề dùng riêng cho mình, tất cả tôi đều dùng để mua vật phóng sanh. Nếu nay chết, được sanh thẳng lên Tây phương Cực Lạc, chẳng phải là một niềm vui lớn hay sao? Như vậy thì đâu có gì phải buồn khổ?"

Ngô Việt vương nghe tâu lại như thế liền hạ lệnh phóng thích ngài.

Từ đó ngài xuất gia tu hành, siêng năng tu tập thiền định, lễ Phật sám hối, đạt được biện tài vô ngại.

Sau khi đại sư thị tịch, Phủ Châu có một thầy tăng mắc bệnh, thần thức xuống âm phủ, nhìn thấy bên trái đại điện của Diêm vương có thờ tượng một tăng nhân, Diêm vương thường vào ra cung kính lễ bái. Thầy ấy thấy lạ hỏi, quỷ sứ trả lời: "Tôn tượng đó chính là thiền sư Vĩnh Minh Thọ. Thiền sư khi tại thế tu hành tinh tiến, nay đã vãng sanh Tây phương Cực Lạc vào hàng thượng phẩm, Diêm vương đặc biệt tôn kính đức độ và sự giáo hóa của đại sư, nên đặt tôn tượng ở đây để hằng ngày lễ bái."

Tôn Chân nhân cứu con trai rồng được truyền phương thuốc bí mật

Tôn Chân nhân chính là đại danh y Tôn Tư Mạo trong lịch sử Trung Hoa, người quê ở Hoa Nguyên, Kinh Triệu thời nhà Đường. Năm lên bảy tuổi ông đã có khả năng đọc tụng hơn ngàn chữ. Hai mươi tuổi đã giỏi luận bàn về học thuyết Lão Trang và các học thuyết khác trong thiên hạ, lại rất ưa thích sách Phật, giỏi môn âm dương đoán thuốc.

Về sau, ông về ẩn cư ở núi Thái Bạch tinh tấn tu hành, luyện khí dưỡng thần, chuyên tâm tham cứu y dược, lấy việc cứu bệnh cho đời làm niềm vui.

Khi còn sống đời trần tục, có lần ông gặp một bé trai bắt một con rắn để đùa nghịch, làm cho rắn chảy máu rất nhiều sắp chết. Tôn Chân nhân thương xót con rắn không may bị nạn nên đã bỏ tiền mua rắn về, dùng thuốc chữa trị rồi thả cho đi.

Hơn một tháng sau, Tôn Chân nhân khi đang tĩnh toạ chợt thấy một thiếu niên áo xanh đến mời. Chân nhân đi theo, đến một cung thuỷ tinh, thấy Long vương đầu đội mũ kháp, mình mặc áo đỏ ra nghinh tiếp, mời lên toà ngồi và nói: "Con trai tôi hôm qua đi ra ngoài chơi bị bọn trẻ làm bị thương, may có đạo nhân cứu giúp, tôi cảm kích vô cùng." Liền bảo bé trai áo xanh ra lạy tạ ba lạy, đồng thời ân cần thiết tiệc khoản đãi, giữ lại ba ngày, khi về còn tặng rất nhiều báu vật để cảm ơn.

Tôn Chân nhân kiên quyết không nhận, nói: "Từ lâu nghe nói Long cung có rất nhiều phương thuốc bí truyền, xin hãy truyền cho tôi để tôi cứu đời, còn hơn những vàng ngọc này." Long vương vì cảm kích ơn cứu mạng con trai mình nên đã truyền cho chân nhân 36 phương thuốc quý.

Qua nhiều lần thử nghiệm đều có công hiệu, Tôn Chân nhân liền viết vào trong Thiên kim phương để lưu truyền ở đời. Từ đó y thuật của ông càng thêm tinh thông, cứu người nhiều không kể xiết.

Tôn Chân nhân sống thọ đến 120 tuổi. Vào buổi sáng ngày rằm tháng 2 năm Vĩnh Huy thứ 3 đời Đường Cao Tông, ông thức dậy sớm, tắm rửa thay áo rồi an nhiên ngồi thị tịch. Hơn một tháng sau, nhan sắc thân thể vẫn không thay đổi, khi khâm liệm thấy nhẹ như chiếc áo bông. Người thời bấy giờ ai cũng kinh ngạc, khen ngợi không thôi!

Sa-di cứu kiến được trường thọ

Lúc Phật còn tại thế, có một vị tỳ-kheo chứng quả đạt được lục thông, rõ biết chú đệ tử sa-di thị giả của mình yểu mạng, chỉ sau bảy ngày nữa sẽ chết. Vì thế, ông liền bảo chú về quê thăm nhà và dặn dò rằng: "Sau tám ngày nữa hãy trở lại." Mục đích của ông là để chú mất tại nhà.

Chú sa-di về nhà đủ tám ngày rồi trở lại với thầy. Thầy tỳ-kheo thấy lạ liền nhập định quán xét sự việc. Thì ra, trên đường về nhà chú sa-di gặp một đàn kiến bị nước cuốn trôi, có hàng vạn con kiến đang chới với trên mặt nước, chú lập tức cởi áo ném xuống cho kiến bám vào áo, rồi kéo lên bờ. Nhờ công đức đó, chú không bị yểu mạng, ngược lại còn được sống rất lâu. Chú sa-di ấy về sau sống thọ đến 80 tuổi và chứng quả A-la-hán.

Tống Giao cứu kiến chiếm đại khôi

Hai anh em Tống Giao, Tống Kỳ sống vào đời nhà Tống, cùng theo học ở trường Thái học. Một lần nọ, hai anh em gặp một cao tăng biết đoán tướng mạng, thấy trước được mọi việc. Cao tăng ấy nói với hai anh em rằng: "Tống Kỳ khoa này sẽ trúng trạng nguyên, Tống Giao tuy đăng khoa Giáp nhưng danh vị không cao."

Sau sự việc đó, một hôm Tống Giao vào rừng gặp một hang kiến đang bị nước ngập lụt, hàng triệu con kiến sắp bị nước cuốn. Tống Giao thương tình liền đắp đất ngăn quanh miệng hang không cho nước tràn vào, lại bắt cầu cho kiến leo lên cao, cứu được vô số kiến.

Khi đến khoa thi, hai anh em cùng ứng thí. Sau khi khảo thí, còn chưa công bố kết quả bỗng gặp lại vị cao tăng ngày nọ. Vừa thấy Tống Giao, cao tăng kinh ngạc nói: "Tiên sinh tướng mạo đã thay đổi, ắt có âm đức lớn, hình như đã từng cứu hàng vạn sanh mạng." Tống Giao trả lời: "Bần nho nào có năng lực ấy?" Cao tăng nói: "Không nhất thiết phải sanh mạng lớn, động vật nhỏ cũng là sanh mạng." Tống Giao bèn kể lại sự thật đã cứu kiến. Cao tăng nói: "Đúng rồi, em trai tiên sinh trúng trạng nguyên, nhưng công danh của tiên sinh không thấp hơn em trai." Khi điểm danh trúng tuyển, Tống Giao quả nhiên được xếp đầu bảng.

Lúc bấy giờ, thái hậu Chương Hiến cho rằng em trai không thể đứng trên anh nên đã đổi Tống Kỳ đứng thứ 10, cho Tống Giao đứng nhất. Lúc ấy hai người mới tin lời cao tăng quả nhiên ứng nghiệm.

Mao Bảo nhờ thả rùa khỏi bị chết chìm

Vào thời nhà Tấn, khi Mao Bảo còn chưa thành danh, có lần trên đường đi gặp một ông lão đánh cá bán một con rùa trắng lớn. Mao Bảo thương tình, mua con rùa ấy về đem thả xuống sông.

Sau Mao Bảo làm đại tướng quân, trấn thủ Chu thành. Tướng địch là Thạch Quý Long mang hàng vạn quân vây Chu thành. Mao Bảo lãnh binh đối chiến bị thua to, sáu ngàn quân sĩ đều bỏ chạy tán loạn, những người nhảy xuống sông đều chết chìm. Chỉ có Mao Bảo mặc áo giáp sắt nhảy xuống sông nhưng có cảm giác như rơi trên tảng đá lớn, trong nước có một vật đưa Mao Bảo đi, nhờ đó được thoát chết. Đến khi lên bờ rồi quay nhìn kỹ lại, thì ra là con rùa trắng lớn trước đây được ông ta cứu sống. Rùa trắng báo ơn chính là quả báo hiện tiền.

Khổng Du cứu rùa được phong tước hầu

Khổng Du người Sơn Âm, sống vào triều Tấn, giữ một chức quan nhỏ. Một lần nọ, đi qua Dư Can Đình thấy một con rùa bị nhốt. Thương tình, Khổng Du liền mua về rồi thả đi. Con rùa sau khi được thả, mấy lần ngoái đầu lại nhìn Khổng Du để biểu lộ sự biết ơn, rồi sau đó mới bơi đi.

Sau Khổng Du nhờ có công thảo phạt Hoa Dật được phong tước hầu ở vùng Dư Can Đình. Khi đúc ấn quan thì phần đầu của con rùa trên ấn ngoái đầu nhìn lại. Quan đúc ấn nấu lại, đúc lại từ đầu. Nhưng đúc mấy lần mà phần đầu con rùa trên ấn vẫn như cứ ngoái đầu nhìn lại như vậy. Quan đúc ấn thấy lạ quá, báo cho Khổng Du hay. Khổng Du chợt nhớ lại lúc thả con rùa, con rùa mấy lần ngoái đầu nhìn lại, lúc đó mới hiểu, nay được phong hầu, là nhờ công đức thả rùa, liền giữ lấy cái ấn hầu "ngoái đầu" đó để sử dụng.

Khuất Sư phóng sanh cá chép tăng thọ

Khuất Sư là người Nguyên Thôn, một hôm gặp ông lão đánh cá tay xách một con cá chép hồng. Con cá ngước nhìn Khuất Sư, giãy giụa như muốn cầu cứu. Khuất Sư thương tình liền mua lấy rồi phóng sanh.

Sau, Khuất Sư mộng thấy Long vương mời xuống Long cung. Long vương nói: "Tiên sinh vốn thọ mạng đã hết, nhưng nhờ cứu con ta nên tăng thọ được 12 tuổi."

Lúc Khuất Sư cứu cá chép là 48 tuổi, sau quả nhiên sống đến 60 tuổi, không bệnh mà chết.

Tùy Hầu thả rắn được châu

Tùy hầu có một lần đi sứ nước Tề, trên đường gặp một con rắn đang quần quại trong vùng cát nóng, đầu chảy máu. Tùy hầu thương xót vội hái lá thuốc chữa trị, sau đó đưa đến bờ nước để rắn khôi phục thể lực, rồi mới đi tiếp.

Sau Tùy hầu từ nước Tề trở về, lúc đi ngang qua đường đó thấy con rắn ấy miệng ngậm hạt châu, đợi để tặng Tùy Hầu, báo ân cứu mạng. Tùy hầu biết, nhưng không dám lấy.

Đêm hôm đó, Tùy hầu mộng thấy chân giẫm con rắn, thất kinh tỉnh dậy nhìn thì phát hiện trên đầu giường có hai viên ngọc sáng loáng, đường kính một phân, trắng bạch, phát sáng trong đêm, chiếu sáng cả nhà, người đời gọi là ngọc Tùy hầu.

Thợ nấu rượu cứu ruồi được miễn tội oan

Có một người thợ nấu rượu, mỗi khi thấy ruồi sa vào hủ rượu liền lập tức vớt ra, bỏ nơi khô ráo cho ruồi bay đi. Như vậy năm này qua năm khác, ông đã cứu ruồi nhiều vô số.

Một lần nọ, thợ rượu bị bọn đạo tặc vu khống, không cách gì minh oan, tội danh sắp được thành lập. Khi quan chủ thẩm quyết định đặt bút ký thành án thì bỗng có rất nhiều ruồi từ đâu bay đến, thay nhau bu đầy ngọn bút. Đuổi đi rồi chúng lại bay đến, khiến ông không thể nào hạ bút ký được. Phán quan lấy làm hoài nghi sự việc, nghĩ rằng trong đó chắc có oan tình mới xui khiến điềm lạ này, liền cho thẩm tra lại kỹ càng mới biết là thợ nấu rượu kia bị vu cáo.

Khi bọn đạo tặc bị bắt, thẩm vấn nghiêm khắc, chúng mới thừa nhận là đã vu khống cho anh thợ nấu rượu. Thế là oan tình được làm rõ, anh thợ nấu rượu được thả ra.

Những việc báo ân như ruồi, xưa nay thật ít nghe, nhưng Phật có dạy rằng muôn loài chúng sanh dù lớn hay nhỏ cũng đều có linh tánh, quả thật không sai. Hơn nữa, nhân quả báo ứng cũng không có gì là lạ!

Thả ba ba cô đầu bếp khỏi bệnh

Hai vợ chồng Trình thị thường ngày rất thích ăn thịt ba ba. Một lần nọ mua về một con ba ba lớn, dặn dò đầu bếp giết thịt. Lúc đó hai vợ chồng có việc phải đi ra ngoài, cô đầu bếp nghĩ: "Chính tay ta đã giết không biết bao nhiêu con ba ba rồi, hôm nay ta nhất định phải thả con ba ba lớn này. Chấp nhận bị đánh chửi, không nỡ giết thêm nữa." Thế là cô lén mang con ba ba ra thả vào trong hồ.

Đến bữa ăn, hai vợ chồng hỏi thịt ba ba đâu, cô đầu bếp trả lời: "Vừa rồi con không chú ý, nó chạy mất rồi." Bà vợ tức giận, đánh tới tấp vào cô đầu bếp, đánh mãi cho đến hả hê mới thôi. Tội cho cô đầu bếp, thương tích đầy mình, nhưng chịu đau không nói một lời.

Sau có một lần nọ, cô đầu bếp bị nhiễm ôn dịch, sốt cao, hơi thở chỉ còn thoi thóp. Chủ nhà sợ cô chết trong nhà, mới mang cô bỏ trong một cái chòi nhỏ bên bờ hồ, để cô chết ở đó.

Tối hôm ấy, bỗng có một con vật bò từ dưới bờ hồ lên, mình đầy bùn, cọ sát vào thân cô đầu bếp, khiến cô cảm thấy rất mát mẻ, khoẻ khoắn. Cơn sốt bỗng nhiên giảm nhanh, thế là hết bệnh.

Chủ nhân thấy bệnh cô ta rất nặng mà không thuốc men gì lại hồi phục nhanh đến thế, lấy làm quái lạ liền theo gạn hỏi. Cô đầu bếp liền kể lại hết sự tình. Chủ nhân không tin, tối đến lén ra xem, quả nhiên thấy con ba ba lớn được thả trước kia bò đến cứu cô đầu bếp. Cả nhà đều run sợ, từ đó vĩnh viễn không ăn thịt ba ba nữa!

Chuộc mạng vật được sanh cõi trời

Xưa có một người tên Trương Đề Hình, có lòng nhân từ. Mỗi khi đến nhà đồ tể thấy các con vật bị trói, bị giết, hoảng sợ đau đớn, kêu gào, Trương Đề Hình trong lòng không nỡ, liền không tiếc tiền bạc, bỏ ra mua về hết, mang thả vào trong rừng. Hằng ngày chỉ cần có tiền là ông liền đi đến những chỗ giết mổ để mua vật phóng sanh. Trải qua nhiều năm như thế, ông đã cứu không biết bao nhiêu con vật.

Sau Trương Đề Hình mạng chung, biết trước giờ chết, thản nhiên nói với mọi người rằng: "Tôi suốt một đời từ tâm cứu mạng chúng sanh, tích lũy công đức sâu dày, nay người từ cõi trời đến đón, tôi sắp sanh lên cõi trời đây." Nói xong, không bệnh mà mất.

Thả tôm cá được giải đơn sa

Lý Cảnh Văn có lòng từ, thường thương yêu bảo vệ loài vật, mỗi khi dạo chơi cảnh đẹp non nước, nhìn thấy những người đánh cá đánh bắt các loài tôm cá liền không tiếc tiền bạc, bỏ ra mua hết rồi lại thả xuống sông, cho chúng được tự do bơi lội.

Cảnh Văn hằng ngày thích uống một loại thuốc dưỡng sinh, trong đó có vị đơn sa được luyện bằng lửa, lâu ngày khí nóng trong người lên cao hóa thành bệnh, trên lưng nổi nhiều mụn độc. Dù đã mời danh y chữa trị, dùng đủ các phương thuốc nhưng vẫn không công hiệu, bệnh tình mỗi ngày một nặng.

Một hôm nọ, trong khi hôn mê, bỗng cảm thấy như có một bầy cá dùng tân dịch xoa lên mụn độc của ông, khiến ông cảm thấy mát mẻ, sảng khoái vô cùng. Hôm sau, mụn độc dần dần tiêu mủ, bệnh nhờ đó được lành. Việc này thật giống với sự báo ân của con ba ba.

Chim giúp chôn cất

Tôn Lương Tự là một người dân quê có lòng nhân từ, tuy gia cảnh nghèo nhưng mỗi khi thấy con chim nào bị bắt nhốt trong lồng, là tìm cách kiếm tiền mua lấy để phóng sanh. Mỗi khi mở cửa lồng, thấy chim sung sướng bay ra, được tự do là lòng ông cảm thấy vô cùng sung sướng.

Sau Tôn Lương Tự mạng chung, hàng xóm mang thi thể bỏ ra ngoài đồng, do nhà nghèo không để lại tiền mai táng. Khi ấy bỗng nhiên có đến hàng vạn con chim rủ nhau bay tới, miệng ngậm đất, cùng thả lên thi thể của Tôn Lương Tự. Chưa đến một ngày đã thành ra một ngôi mộ cao ráo.

Người trong thôn thấy vậy đều cảm thán không thôi! Ai cũng biết rằng đây là nhờ lòng từ phóng sanh chim của Tôn Lương Tự, được chim nhớ ơn báo đáp.

Loài cá tiễn đưa

Vào thời Tống, Phan Hoa làm huyện lệnh Chư Ký, là một tín đồ Phật giáo kiền thành, thường tu tập theo hạnh nguyện Phổ Hiền, có đức hiếu sinh, lòng nhân từ yêu thương khắp mọi loài. Ông nghiêm cấm dân địa phương, không được đánh bắt cá. Ai vi phạm đều phải chịu hình phạt. Do đó trong thời gian cai trị của huyện lệnh Phan, các loài thủy tộc không bị làm hại, được tự do tung tăng trong nước.

Sau, huyện lệnh Phan phụng chỉ sắp vào làm quan trong triều, đêm mộng thấy hàng vạn loài cá khóc lóc, nói: "Trưởng giả sắp rời nơi đây, chúng tôi không tránh khỏi bị đánh bắt." Nói xong chúng lại khóc rống lên.

Huyện lệnh Phan tỉnh dậy xúc cảm thấy kỳ lạ, liền viết một tập "Mộng ngư ký" để lại, dặn dò vị huyện lệnh sắp tới cũng nên bảo vệ cho loài thủy tộc.

Lúc huyện lệnh Phan sắp đi, trong các sông hồ, bỗng nhiên phát ra âm thanh rất là bi thương, thống thiết như người khóc vì mất cha mẹ. Người dân các vùng phụ cận tất cả đều nghe thấy, không ai là không kinh ngạc cảm thán!

Lục Tổ giữ lưới thả thú

Đại sư Huệ Năng sống vào thời nhà Đường, là Tổ thứ sáu của Thiền tông Trung Hoa, được Ngũ tổ Hoằng Nhẫn ở núi Hoàng Mai truyền thọ tâm ấn.

Sau khi nhận y bát, do có nhiều kẻ xấu rắp tâm muốn theo làm hại nên ngài vẫn mặc đồ thế tục, ẩn cư trong núi, sống với một nhóm thợ săn.

Do Lục Tổ không biết săn bắn nên bọn thợ săn liền giao cho ngài trông coi lưới. Mỗi khi không có người, Lục Tổ liền mở lưới thả hết những con thú mắc lưới ra, cho chúng chạy hết. Như thế trải qua 16 năm, loài thú được cứu nhiều vô số.

Về sau, khi đã có đủ nhân duyên, Lục Tổ liền đến vùng đông nam huyện Khúc Giang, tỉnh Quảng Đông, kiến lập đạo tràng Tào Khê, đại hưng Phật pháp, như đèn truyền chiếu, quảng độ quần sanh. Đệ tử truyền thừa rất đông, sau chia làm năm phái, những người được hóa độ số nhiều không kể xiết.

Đại sư Tín thả vật hy sinh cầu thần

Một lần nọ, trời hạn hán kéo dài, hoa màu đều bị thiêu rụi hết, người dân đối mặt với đói kém, lo sợ không yên. Mọi người bàn nhau phải giết vật hy sinh để cúng tế cầu mưa.

Đại sư Tín thấy cách làm ngu si như vậy của mọi người, sanh lòng thương cảm liền khuyên bảo rằng: "Giết hại chúng sanh để cầu trời mưa là hành vi ngu muội, trái với lý trời. Trời có đức hiếu sanh, mọi người làm như vậy không những không cầu được mưa, mà ngược lại còn tạo tội, ắt sẽ gặt lấy tai ương. Nếu mọi người thả hết những con vật dùng vào việc cúng tế ấy đi, tôi sẽ đích thân cầu mưa cho."

Mọi người nghe theo lời đại sư liền thả hết những con vật đã định giết để tế thần.

Đại sư liền bày hương án, tinh thành cầu đảo. Không bao lâu trời đổ mưa lớn xuống, nhân dân vui mừng khôn xiết. Nhân đó mà người dân khắp xa gần đều được đại sư cảm hoá.

Cứu hoàng tước được quả báo tốt

Dương Bảo sống vào triều Đông Hán, bản tánh nhân từ. Vào năm lên 9 tuổi, một lần nọ đến phía bắc núi Hoa Âm thấy một con hoàng tước bị con cú vọ đuổi bắt làm cho bị thương, rơi dưới gốc cây, lại bị rất nhiều kiến cắn. Hoàng tước đau đớn giãy giụa. Dương Bảo thương tình nhặt lên, phủi kiến mang về chữa trị, chăm sóc cẩn thận cho đến khi vết thương lành hẳn, mọc đủ lông cánh rồi mới thả cho bay đi.

Đêm ấy Dương Bảo mộng thấy một bé trai mặc áo vàng đến lạy cậu ba lạy và nói: "Tôi là sứ giả của Tây Vương mẫu, trên đường bay đến núi Bồng Lai thì bị hại, nhờ ân đức chăm sóc cứu chữa, xin đến lễ tạ. Bây giờ tôi phải về biển nam rồi."

Sau đó liền tặng Dương Bảo bốn viên bạch ngọc và nói: "Chúc con cháu cậu sau này thanh bạch, làm quan đến Tam công, quý sạch như những viên ngọc này."

Về sau quả nhiên con cháu bốn đời của Dương Bảo lần lượt là Dương Chấn, Dương

Bỉnh, Dương Tứ, Dương Bưu đều làm quan đến Tam công, thanh bạch liêm khiết, quý hiển không ai bằng.

Thả cáo được thoát nạn

Xưa có một thầy tướng số lòng dạ nham hiểm, tham lam, thường nghĩ cách trục lợi. Ông nghe nói vị thuốc bắc hoàng tinh có thể giúp trường sanh bất lão. Để thử nghiệm trước xem điều này có đúng hay không, thầy mới mang hoàng tinh để dưới một cái giếng khô, rồi dụ một người xuống giếng, chặn kín miệng giếng lại.

Người bị hại kia trong lúc đang hoảng sợ nhìn quanh thấy tối đen như mực thì bỗng nhiên có con cáo từ một cái lỗ trong thành giếng chui ra, ghé miệng nói với ông rằng: "Xin ông đừng sợ, tôi sẽ dẫn đường cho ông thoát ra. Cách đây mấy năm tôi từng bị thợ săn bắt, lúc đó nhờ ông từ bi chuộc mạng tôi, nên hôm nay tôi đặc biệt đến để đền ơn. Xin ông hãy theo tôi."

Nguyên con cáo này vốn đào hang sống trong ngôi mộ gần đó nên thông thạo mọi ngõ ngách trong lòng đất. Người ấy mò mẫm đi theo đuôi con cáo, chui qua một cái khe rất hẹp, nhưng không bao lâu thì lọt vào một đường hang rộng rãi hơn. Cứ vậy đi dần tới, không bao lâu thì lên được trên mặt đất.

Thấy người ấy trở về bình an, thầy tướng số kia vui mừng, cho rằng đó hẳn là nhờ công năng của vị thuốc hoàng tinh.

Ông ta liền từ biệt người nhà, mang theo vị thuốc hoàng tinh xuống giếng, dặn dò mọi người đậy kỹ miệng giếng lại, qua một tuần trăng hãy mở ra. Không ngờ khi mở miệng giếng ra thì thầy đã chết khô dưới giếng. Thật đúng là ác giả ác báo!

Con rết nghe pháp

Vào năm thứ tư niên hiệu Long Khánh, đời vua Mục Tông triều Minh, đại sư Liên Trì trong lúc đi du phương có ghé lại tá túc trong một ngôi chùa nọ, nhìn thấy mọi người trong làng ấy bắt rất nhiều rết, dùng lạt tre buộc đầu buộc đuôi rồi cột lại thành xâu mang đi bán. Đại sư thương tình mua hết về để phóng sanh, nhưng phần lớn đều đã chết, chỉ có một con còn sống vội vàng bò đi.

Sau, một đêm nọ đại sư đang ngồi nói chuyện với người bạn thì trên tường bỗng nhiên xuất hiện một con rết. Đại sư lấy gậy gõ gõ, muốn đuổi nó đi, nhưng nó không đi. Đại sư nói: "Lẽ nào con rết mà ta phóng sanh năm xưa lại chính là ngươi đó sao? Ngươi vì muốn tạ ơn mà đến đây sao? Nếu đúng vậy, ta sẽ nói pháp cho ngươi, mong ngươi chú ý lắng nghe."

Rồi đại sư dạy: "Nghiệp báo của tất cả chúng sanh đều do tâm tạo. Tâm địa hung dữ thì sanh làm lang sói; tâm địa ác độc thì làm rắn rết. Ngươi nếu trừ bỏ tâm ác độc thì có thể thoát được hình thể này."

Nói xong bảo nó đi. Khi ấy con rết liền từ từ leo qua cửa sổ mà đi. Người bạn ngồi bên cạnh thấy vậy không ngớt tán thán!

Lươn xin cứu mạng

Năm thứ 9 niên hiệu Vạn Lịch, đời vua Minh Thần tông, có người họ Vu sống ở Hồ Dã, huyện Hàng Châu, một lần không may gặp cướp. Người con gái họ Vu đã đi lấy chồng, nghe tin ấy liền về nhà an ủi mẹ, nhân tiện mua về biếu mẹ mười con lươn.

Về nhà chưa gặp mẹ, liền mang bỏ lươn trong chum, nhưng rồi quên khuấy mất.

Đêm ấy, bà Vu nằm mộng thấy có mười người mặc áo vàng đội mũ nhọn quỳ trước mặt bà khóc lóc xin cứu mạng. Tỉnh dậy trong lòng lấy làm hoài nghi bất an, liền đến chùa thưa việc ấy với thầy trụ trì. Thầy dạy: "Trong nhà bà ắt có loài vật nguy cấp, muốn xin bà phóng sanh."

Bà Vu về tìm khắp trong nhà, liền thấy trong chum có lươn, đếm ra quả đúng là mười con, lấy làm kinh ngạc, tự nghĩ: "Những con lươn này vì muốn được cứu sống lại có thể hiện làm người mặc áo vàng báo mộng cho ta, đúng là cũng có tánh linh."

Bà liền lập tức mang hết ra sông phóng sanh.

Không ăn thì chôn đi

Trong Giới Ngưu Lục có ghi lại câu chuyện sau: "Tổ tiên của Tuyên Thành Canh Bổn Thục từ nhiều đời không bao giờ ăn thịt trâu.

Một lần nọ, Canh Bổn Thục mắc bệnh, thầy thuốc kê đơn thuốc có óc trâu. Lại có người mang biếu thịt trâu, tuy Canh Bổn Thục không ăn, nhưng lại mang cho người hầu ăn, nghĩ rằng như vậy không có tội gì.

Một đêm, Canh Bổn Thục mộng thấy một vị thần đầu đội mũ, mặc triều phục đỏ, trách mắng ông rằng: "Ông đã ăn thịt trâu phải không? Sao thân thể hôi hám như thế?" Canh Bổn Thục trả lời: "Tôi thật không có ăn thịt trâu." Thần liền ra lệnh quan tùy tùng kiểm tra sổ thiện ác, rồi nói: "Ông tuy chưa ăn thịt trâu, nhưng vì chữa bệnh mà đã dùng óc trâu. Vả lại, ông mang thịt trâu cho người hầu ăn, như vậy là khuyến khích người khác ăn, cũng là có tội. Từ nay ông phải biết hối cải, nên khuyên bảo người đời không nên ăn thịt trâu."

Canh Bổn Thục không dám trả lời nhưng trong lòng thầm nghĩ: "Người đời kiêng ăn thịt trâu rất ít, làm sao khuyên bảo hết mọi người? Còn như bình thường nếu có người mang thịt trâu đến biếu biết phải làm sao?"

Thần biết được suy nghĩ của ông liền cười nhẹ nói: "Nếu có người mang biếu thịt trâu thì đem chôn đi là được. Chỉ sợ không hết lòng khuyên bảo, lo gì chuyện không khuyển hết được?"

Canh Bổn Thục tỉnh dậy liền lấy giấy bút ghi lại những gì đã thấy nghe trong mộng. Từ đó thường hết lòng khuyên bảo mọi người không nên giết trâu ăn thịt.

Cắt lưỡi lụy đến con trai

Trong Pháp Uyển Châu Lâm có ghi chuyện này: "Vào những năm niên hiệu Vũ Đức, đời Đường Cao Tổ, ở huyện Thấp thuộc vùng Đại Ninh có người nông dân tên Gia Vĩnh Hưng. Một lần nọ, con trâu hàng xóm xuống ruộng ăn lúa mạ của ông. Giận quá, ông đã cắt đứt lưỡi trâu. Tội cho con trâu, máu tươi đầy miệng, đau đớn không sao tả xiết. Mọi người trong thôn vây lại xem, ai cũng trách Gia Vĩnh Hưng quá ư tàn bạo.

Về sau Gia Vĩnh Hưng sanh ra ba đứa con trai, đều không biết nói. Ai cũng cho rằng đó là quả báo hiện tiền của việc cắt lưỡi trâu.

Dao giết trâu cắt lưỡi

Tiên sinh Tiền Mai Khê thích đàm luận tội ác báo ứng, những câu chuyện được ông nói tới đều là những sự thật xảy ra trong đời.

Có lần ông kể: "Có người họ Tu ở Hoàng Thảo Đường, huyện Thường Thục, tỉnh Giang Tô làm nghề giết trâu. Mỗi lần giết trâu, họ Tu trước tiên cắt lưỡi, con trâu đang sống như vậy phải thống thiết rống lên vì đau đớn, nhưng họ Tu không hề động tâm. Giết trâu xong, liền mang lưỡi trâu về nhà để ăn, cho rằng như vậy mới đặc biệt ngon.

Một hôm, họ Tu gác con dao giết trâu trên đố cửa, bỗng nghe tiếng hai con chuột cắn nhau chí choé trên đố cửa, họ Tu ngước mặt lên nhìn, bất ngờ con dao rơi xuống đúng ngay vào miệng ông, cắt đứt lưỡi. Họ Tu chết ngay tại chỗ.

Than ôi! Họ Tu bình sanh nhẫn tâm dùng dao cắt lưỡi trâu, không ngờ chính mình cũng bị dao giết trâu cắt lưỡi chết thảm!

Mười một đời làm trâu

Sách Nhân quả thực lục ghi: "Có một thầy thuốc họ Duẫn ở Quy Đức, tỉnh Hà Nam, rất thích ăn thịt trâu. Mỗi khi đến nhà bệnh nhân chẩn bệnh, người ta mời cơm, nếu thấy trên mâm không có thịt trâu thì tỏ ra không vừa ý, bỏ về không ăn.

Một hôm nọ đột ngột chết đi, thần thức xuống tận diêm phủ, gặp anh đồ tể hàng xóm đang quỳ gối nghe Diêm vương thẩm vấn. Anh đồ tể thấy thầy thuốc họ Duẫn đến liền chỉ tay vào nói: "Nếu ông này không ăn thì tôi đâu có giết." Thầy thuốc họ Duẫn liền quỳ xuống nói: "Nếu ông này không giết thì tôi đâu có ăn." Hai bên cứ thế cãi nhau không thôi.

Diêm vương nghe vậy lấy làm tức giận, nói: "Con trâu là con vật hết sức khổ cực với người, cày ruộng nuôi sống con người. Các ông không những không biết ơn mà còn nhẫn tâm giết nó ăn thịt. Kẻ ăn thịt trâu và người giết trâu, xét tội ngang nhau. Cứ lẽ tương quan mà nói, người ăn nhiều thì người giết nhiều, người ăn ít thì người giết ít, không có người ăn thì không có người giết. Nay lập tức đưa cả hai vào địa ngục chịu tội báo. Sau khi chịu hết tội báo trong địa ngục lại phải tái sanh làm trâu 11 đời."

Sự việc xảy ra vào năm cuối cùng niên hiệu Gia Khánh, đời vua Nhân tông nhà Thanh.

Chịu nỗi khổ như trâu

Tiên sinh Trần Bán Si kể rằng: "Vào năm thứ 20 niên hiệu Đạo Quang đời nhà Thanh, có một người ở Vụ Nguyên, huyện Đức Hưng, tỉnh Giang Tây. Một hôm theo mọi người đi chiêm bái núi Cửu Hoa, thấy trên tường đại điện có hình ảnh khuyên người đời không nên giết hại trâu cày. Anh ta không những trong lòng không tin mà còn cười nói: "Tôi thì không thể không ăn thịt trâu."

Nói chưa dứt câu anh ta đã lập tức té xuống đất, miệng sủi bọt mép. Mọi người đều nghĩ do ngôn ngữ hành vi của anh ta thật ác độc nên mới bị trừng phạt, vì thế liền kéo nhau đến trước điện thờ Bồ Tát Địa Tạng để sám hối cho anh ta.

Không lâu anh ta hơi tỉnh, nhưng tinh thần như điên dại, nhìn quanh bốn phía, dáng vẻ giống như con trâu, lại dùng đầu húc tứ tung, mọi người đành phải trói anh ta lại mang về.

Khi đi ngang qua thôn Thiên Bảo, vào nghỉ trong một cái quán nhỏ, vừa lúc chủ quán về mới mở trói và nhốt anh ta vào trong phòng. Sáng hôm sau thức dậy thì bàn ghế, giường chõng... bị xô đổ ngổn ngang, giống như bị húc ngã, bị chân giẫm đạp vậy.

Về đến nhà, người nhà liền mời chư tăng thiết đàn tụng kinh, lại vì anh ta mà phát thệ nguyện vĩnh viễn không ăn thịt trâu, đồng thời hứa nguyện mỗi năm vào ngày 30 tháng 7 là ngày vía Bồ Tát Địa Tạng sẽ chí thành đến chiêm bái núi Cửu Hoa.

Qua 10 ngày, thần trí anh ta mới dần dần khôi phục, bỗng nhiên kinh hoảng đứng lên nói: "Khổ chết tôi được, tôi đã phải cày ruộng hơn 10 ngày rồi."

Thì ra thần thức anh ta đã phải mang cày cày ruộng trong suốt thời gian qua. Âu đó cũng là cách để anh ta được biết cái khổ của sự cày ruộng!

Thân người đầu trâu

Sách Tây Hương Bút Ký ghi rằng: "Năm đầu niên hiệu Đạo Quang nhà Thanh, có người họ Diệp ở Ngũ Đô làm nghề đồ tể, bình sanh đã giết trâu nhiều vô số.

Một hôm nọ, đột nhiên mang bệnh nặng chết đi, rồi hôm sau sống lại, da thịt bên hông nổi lên nhọt xanh, đau nhức rên la thống thiết. Rồi bỗng nhiên bước xuống giường, bước đi lảo đảo ra ngoài, ai khuyên giữ cũng không nghe.

Họ Diệp đi ra chợ thôn, lãi nhãi không thôi rằng: "Diêm vương ra lệnh cho tôi khuyến hoá người đời, nhất thiết không được như tôi, tạo nhiều tội ác. Dưới âm phủ hình phạt nghiêm khốc, không như dương thế..." Vừa nói vừa khóc nuốt nước mắt. Cứ như vậy đi từ nhà này sang nhà khác, khuyến cáo xong, mới từ từ đi về nhà.

Đứa con gái đứng đợi ngoài cửa, xa xa trông thấy cha về, gọi mẹ một cách kinh ngạc, nói: "Cha về rồi, nhưng sao biến thành mình người đầu trâu như vậy?"

Người mẹ bước ra ngoài xem, quả nhiên

thấy họ Diệp đã về đến cửa, mang hình đầu trâu, không nói không rằng vào nhà lên giường nằm, chút sau thì tắt thở."

Đây chính là sự thật báo ứng của việc giết trâu.

Sét đánh cháy người

Sách Tây Hương Bút Ký ghi: "Có người ở Đào Khê, thường giết trâu cày. Vào giữa trưa ngày mồng 10 tháng tư niên hiệu Đạo Quang, đời vua Tuyên Tông nhà Thanh, ở vùng nhà anh ta bỗng nhiên có mây đen vần vụ, mưa xuống như trút nước, sấm chớp ầm ầm, rồi một tiếng sét lớn đánh xẹt ngay xuống người ấy. Lúc đó anh ta vẫn không chết nhưng mặt mày nám đen, da thịt nhăn nhúm, đau đớn kêu la thống thiết, cơ hồ như sắp chết.

Qua mấy ngày sau, thần trí người ấy lơ mơ, chỗ sét đánh, da thịt thúi sinh dòi, đau đớn khó chịu, vậy mà lấy tay bốc ăn, lại còn la lớn: "Thịt trâu ngon quá!" Vừa ăn vừa la, cho đến khi hết chỗ thịt thúi trên thân, âm thanh cạn kiệt, hành hạ như vậy mấy tháng mới chết."

Chỉ vì một chút thích thú trong sự ăn uống mà chuốc lấy tội khổ đến như thế, liệu có đáng không?

Vì giết trâu phải tan nát sản nghiệp

Vào những năm niên hiệu Gia Khánh đời vua Nhân Tông nhà Thanh, có người ở Đông Hương, huyện Chính Hoà, tỉnh Phúc Kiến, cả đời làm nghề mổ trâu, gia sản tích lũy được cũng khá giàu có. Về già, con trai lại nối nghiệp cha. Ngoài cổng nhà có đặt một cái chày gỗ, chuyên để chặt đầu trâu, đã nhiều năm rồi.

Một đêm nọ, hàng xóm thấy cái chày ấy bỗng biến thành đầu trâu, ngúc ngắc bên đường. Tối hôm sau, lại nghe trong nhà anh ta như có vô số đầu trâu, đang kịch liệt húc nhau, tiếng đồn lan khắp các thôn phụ cận.

Đến ngày thứ ba, đứa con trai vì bán thịt trâu mà tranh luận giá cả với một anh lính, rồi xảy ra cãi vã đánh nhau. Đứa con trai lỡ tay giết chết anh lính lệ, người cha vừa nghe tin, sợ quá chết ngay tại chỗ. Đứa con trai ấy bị án tử hình, cả nhà vì chuyện này mà chạy khắp nơi lo lót để tránh tội nhưng vẫn không được. Gia sản do đó cũng tan nát chẳng còn lại gì.

Giết trâu bị hiện báo

Trong bút ký của ông Kỷ Hiểu Lam có ghi lại: "Có người họ Cổ trong thôn tôi làm nghề đồ tể, suốt cả cuộc đời giết trâu nhiều vô số.

"Sau họ Cổ bị mù hai mắt, vợ bị bệnh truyền nhiễm, khi sắp chết, da thịt thối rữa, đau đớn vạn phần, luôn miệng nói: 'Người dưới âm ty chiếu theo cách giết trâu mà cắt da thịt tôi.' Đêm ngày kêu gào như vậy, trải qua hơn một tháng mới chết."

"Câu chuyện này do chính bà Trầm, mẹ của Kỷ Hiểu Lam chứng kiến rồi kể lại."

Tội giết hại vốn là rất nặng. Đối với con trâu đã cực khổ cày ruộng, sản xuất ngũ cốc, rất có công với con người mà lại nhẫn tâm giết để ăn thịt, tội báo tất nhiên càng thêm nặng nề hơn.

Hung sát lao đầu vào nồi thịt

Trong bút ký của Kỷ Hiểu Lam có ghi lại chuyện này: "Danh nho họ Lý ở huyện Lâm Thanh, tỉnh Sơn Đông có kể về một người đồ tể ở thôn ông, một hôm đi mua con trâu về để giết thịt. Con trâu biết sẽ bị đưa đến chỗ giết nên đứng lỳ không chịu đi. Gã đồ tể tức giận, đánh tới tấp, con trâu tránh đòn một cách ngang ngạnh, vẫn không chịu đi, cho đến khi sắp kiệt sức mới chịu để cho gã đồ tể dắt đi.

Con trâu đi ngang qua cổng một nhà giàu nọ, nhìn thấy chủ nhà bỗng quỳ hai gối xuống, rơm rớm nước mắt như muốn cầu cứu. Ông nhà giàu thấy thế, thương tình, chịu mua với giá 8.000 đồng để cứu con trâu. Nhưng gã đồ tể giận con trâu ngang nghạnh nên không chịu bán. Ông nhà giàu trả thêm tiền, gã đồ tể vẫn không chịu, nói: "Con trâu này đáng ghét quá, tôi phải giết nó hầm thịt mới nguôi được cơn giận. Cho dù ông có trả thêm tiền gấp bội tôi cũng không bán."

Con trâu nghe thế như biết được đã hết mong cầu sống, liền đứng dậy một cách giận dữ, đi theo gã đồ tể.

Gã đồ tể giết con trâu xong, bỏ thịt vào một cái nồi lớn để nấu, sau đó về phòng nằm ngủ.

Đến canh năm hôm sau, một mình thức dậy đi ra bếp nếm thử thịt trâu xem đã chín chưa. Đến mấy tiếng đồng hồ sau cũng không thấy trở lại. Người vợ thấy lạ sinh nghi, liền chạy ra chỗ nồi thịt trâu xem sao. Bà bỗng kinh hoảng hét lên khi thấy nửa thân trên của ông nằm trong nồi đã chín nhừ cùng với thịt trâu. Thì ra trong lúc vừa thức dậy đi ra nếm thử thịt trâu, ông choáng váng thế nào không biết lại té đâm đầu vào nồi thịt. Chuyện này há chẳng phải là báo ứng hiện tiền đó sao!

Ôi! dù là loài vật nhưng lòng ham sống sợ chết có khác gì con người! Thấy con vật sợ chết đã không thương tình, lại còn nổi cơn sân hận quyết lòng giết hại. Lúc ấy lòng oán hận của con trâu tất nhiên càng thêm sâu. Do khí oán hận này mà gã đồ tể phải chịu quả báo xấu ác một cách nhanh chóng tức thời!

Quả quyết thành nhân

Phong tục thời xưa của tỉnh Phúc Kiến là những nho sĩ mỗi khi thi đậu khoa giáp thì chiếu theo gia cảnh đều phải bỏ ra một số tiền tương ứng dùng để mở tiệc chiêu đãi giải sầu cho những người thi rớt, gọi là "hội liệt".

Vào ngày những người thi đậu đi nhập học, những người thi rớt mang số tiền ấy mà tìm đến một nơi thanh u mát mẻ, tụ tập cùng nhau ăn uống ca hát, mượn việc ấy để giải sầu.

Trần Cảnh Đán là quan huyện Thừa, vốn quê ở huyện Hầu Quan, kể chuyện rằng: "Trước đây lúc ông thi rớt, đang lúc tham gia "hội liệt", cùng mọi người ăn uống ca hát ở thư viện trong Tây Hồ, nhân lúc tản bộ bên ngoài thư viện bỗng gặp người dắt một con trâu. Vì con trâu không chịu đi nên bị người kia đánh tới tấp. Trần Cảnh Đán đến gần, thấy trâu nước mắt như mưa, biết trâu sẽ bị dắt đi giết, động lòng trắc ẩn, hỏi giá mua là 15 đồng, liền vào bàn luận với bạn bè rằng: "Tiền hội liệt của chúng ta còn thừa, chi bằng mua trâu phóng sanh, cùng làm việc thiện, không biết các bạn có đồng ý hay không?” Trong bọn có một người không tán thành, nói: “Nếu thế thì chúng ta không có tiền để tiêu khiển.” Trần Cảnh Đán liền nói: “Việc này có quan hệ đến sanh mạng của con trâu, tiêu khiển chẳng qua chỉ là chuyện vui nhất thời mà thôi, nếu không có tiền để ăn uống vui chơi, tôi xin gánh chịu khoản ấy, mời mọi người hãy đến nhà tôi.” Mọi người bất đắc dĩ đành đồng ý.

Trần Cảnh Đán liền mang trâu phóng sanh ở chùa Tây Thiền, đồng thời mang số tiền còn thừa trao cho thầy trụ trì, nhờ chăm sóc trâu.

Sau khi về nhà, Trần Cảnh Đán lại bàn với vợ mang bán hết đồ trang sức để lấy tiền tổ chức buổi tiệc “hội liệt” như lời đã hứa.

Năm sau, Trần Cảnh Đán liền đậu Đồng thí, không lâu sau lại đậu Hương thí, rồi được chọn làm quan tri huyện, cho đến thăng tiến làm quan Ty mã Hải Môn, kiêm chức nhiếp lý chính vụ tỉnh Tô Châu, một bước lên mây, đủ đầy phúc lộc. Đó là quả báo hiện đời của tấm lòng nhân từ.

Bảo vệ sự sống được tăng tuổi thọ

Túc Chấn làm quan Thừa huyện Ôn Châu, tỉnh Chiết Giang. Lúc còn thiếu niên mộng thấy có vị thần nói rằng: "Tuổi thọ của con chỉ đến 18 tuổi." Sau, cha của Túc Chấn phụng mệnh đến Tứ Xuyên làm Tổng soái. Túc Chấn nghĩ mình số phần ngắn ngủi vô thường, không muốn đi theo, nhưng cha bắt buộc đi theo.

Đến Tứ Xuyên, quan Tổng soái thiết yến tiệc khoản đãi tướng sĩ, khi rượu qua ba tuần, theo lệ phải dâng lên một món gọi là "ngọc trước canh". Cách làm món ăn này là trước tiên đốt đỏ đôi đũa sắt, sau đó đâm vào vú sữa bò mẹ, sữa liền chảy ra ngưng kết trên đũa, lấy đó làm gia vị nêm nếm.

Túc Chấn tình cờ đi vào nhà bếp, thấy rất nhiều bò mẹ đang bị cột. Thấy lạ liền gạn hỏi nguyên do rồi thất kinh, suy nghĩ: "Con người nhất thời chỉ vì miếng ăn vào miệng mà hành động tàn khốc đến thế sao!" Liền lập tức đi bẩm báo với cha để tránh cho những con bò mẹ phải chịu sự hành hạ tàn khốc, đồng thời xin cha hạ lệnh vĩnh viễn cấm hẳn món ăn này.

Không lâu sau, Túc Chấn lại nằm mộng thấy một vị thần nói với anh ta: "Tâm địa con nhân từ, đã làm một việc tạo âm đức lớn, không những tránh khỏi sự yểu mạng mà còn được tuổi thọ dài lâu."

Về sau, Túc Chấn quả nhiên sống đến hơn 90 tuổi, không bệnh mà chết.

Ba tháng kêu gào

Thị trấn Nam Tường, huyện Gia Định, tỉnh Giang Tô có Tào Thăng Nguyên là người Cương Nam, rất thích ăn thịt chó, thường dùng thịt chó làm món nhậu.

Một hôm nọ, Nguyên mang chó nhận vào bồn nước, khi sắp mổ thịt thì con chó đột nhiên nhảy trong bồn nước ra cao quá miệng bồn chừng một mét, cắn ngay vào cổ Tào Thăng Nguyên, máu tươi chảy ra như suối, khiến ông đau đớn ngất xỉu.

Sau đó vết thương làm độc, thuốc thang mấy cũng không khỏi, ngày đêm đau đớn kêu gào, kéo dài ba tháng như vậy rồi mới chết.

Một ngoạm chết tươi

Sát Lục là người ở thị trấn Nam Tường, huyện Gia Định, tỉnh Giang Tô, thường ngày làm nghề giết chó, cả đời đã giết không biết bao nhiêu là chó.

Mùa xuân năm cuối cùng niên hiệu Càn Long nhà Thanh, lúc sắp hoàng hôn Sát Lục giết một con chó. Lúc bỏ vào nồi nấu để nhổ lông, con chó bỗng nhiên đứng dậy một cách hung hãn, giận dữ cắn chặt vào tay Sát Lục. Sát Lục đau đớn té lăn ra đất, kêu gào thảm thiết. Mọi người thấy vậy dùng gậy đánh chó, nhưng răng chó bén nhọn cứng chắc như thép, không cách gì gỡ ra được, mãi cho đến khi Sát Lục tắt thở, con chó mới lăn ra chết.

Lâm chung làm chó

Nghiệp Báo Đàm Ký của Tiền Mai Khê ghi lại rằng: "Trầm Nhị là người thị trấn Phong Thấp, huyện Hỷ Thiện, tỉnh Triết Giang, vốn thích ăn thịt chó, thường ngày làm nghề giết chó, cả đời đã giết không biết bao nhiêu là chó.

Năm Bính Tý đời Càn Long nhà Thanh, Trầm Nhị mắc bệnh rất nặng, khi hôn mê bỗng thấy vô số chó lao vào anh ta cắn sủa đòi mạng. Trầm Nhị sợ hãi muôn phần, hét lên cầu cứu, đêm ngày bất an, cả nhà bó tay không biết làm gì.

Khi lâm chung, Trầm Nhị bỗng vùng dậy chui xuống gầm giường, chống cả hai tay xuống đất, tư thế như chó, sủa gâu gâu mấy tiếng rồi mới tắt thở.

Giết hại nhiều chịu khổ báo

Một chàng họ Lý nọ ở huyện Bảo Sơn, tỉnh Giang Tô, con nhà giàu có, thích nghịch ngợm. Nhà ở ven biển, xung quanh trồng rất nhiều tre để ngăn nạn thuỷ triều. Trên ngọn tre có rất nhiều tổ chim. Họ Lý lúc thiếu niên hay dùng súng kíp bắn chim.

Sau khi lớn lên lại kết giao với những kẻ hung hăng, thường cùng nhau đi săn bắn. Một tay anh ta đã giết đến hàng triệu con chim.

Năm 50 tuổi, một sáng nọ thức dậy bỗng nhiên giữ chặt hai tay nơi cổ, miệng la lớn kinh hoảng: "Chim đến cắn cổ tôi, đau chết đi được!" Lát sau lại thấy rất nhiều chim đến chặn nơi cổ, rồi chặn vai, chặn lưng... cuối cùng cho đến cả toàn thân, khiến ông ta hoảng sợ kêu la không ngớt.

Cuối cùng thì tay chân ông co quắp lại, gân cốt đều co rút không sao duỗi thẳng ra được, miệng kêu chíp chíp, giống hệt lúc con chim sắp chết vậy. Bị dằn vặt như vậy liên tục mấy ngày sau mới chết.

Than ôi! Chỉ vì sự vui hiếu sát mà gây bao đau khổ cho sinh linh, cuối cùng tự mình cũng chuốc lấy sự đau đớn khôn cùng, thật đáng sợ lắm thay!

Cứu vật trả ơn

Có một anh học trò nọ, bản tánh nhân từ. Một lần nọ, con chó mẹ của nhà bà con anh ta sanh được bốn con. Người ấy cho là xui xẻo, muốn vứt cả xuống sông. Anh học trò thấy vậy thương xót liền xin về nhà nuôi.

Bốn con chó con dưới sự chăm sóc của anh học trò dần dần lớn lên. Không những dũng cảm mà còn rất khôn ngoan và trung thành với chủ. Một hôm nọ, vào lúc sắp tối, bỗng nhiên có một trận cuồng phong thổi đến, hơi gió rất tanh, cỏ cây trước nhà bay tán loạn, tiếng gió rít chấn động khắp nơi, rồi từ xa một con mãng xà lớn, mình to như thùng nước, mắt chớp chớp, miệng khè hơi gió, tư thế rất hung dữ, lao thẳng về phía anh học trò như muốn nuốt sống. Bốn con chó nhìn thấy mãng xà muốn làm hại chủ liền không chút sợ hãi xông lên vây quanh bốn phía, rồi nhảy lên mình con mãng xà; một con ngoạm vào cổ, những con khác cắn loạn xạ lên mình mãng xà. Qua một hồi tranh đấu kịch liệt, cuối cùng mãng xà bị thương nặng mà chết, bốn chú chó đã cứu được chủ nhân.

Đồ tể chịu quả báo hiện tiền

Tuyên Lão Tứ ở thị trấn Bài Đầu, huyện Hợp Phì, tỉnh An Huy làm nghề giết heo đã hơn 20 năm, nhà rất giàu, có ba ngôi nhà và cả trăm mẫu ruộng.

Một hôm nọ, Tuyên Lão Tứ thức dậy vào lúc canh năm, chuẩn bị nấu nước sôi để giết heo. Người vợ cũng thức dậy đi vệ sinh, nhưng khi đi ngang qua chuồng heo bỗng thấy hai người phụ nữ nằm trong đó. Dụi mắt nhìn kỹ thấy đúng là người, trong lòng rất lấy làm lạ liền đi báo cho chồng hay, đồng thời nói: "Đây là điềm xấu, từ nay về sau ông nhất định phải đổi nghề, không được giết heo nữa."

Tuyên Lão Tứ nói: "Bà bị hoa mắt, làm gì có chuyện đó!" Nói xong, vẫn muốn bắt heo để giết. Người vợ không cách nào khác, bèn lén mang con dao mổ heo giấu vào nhà vệ sinh. Hôm đó, Tuyên Lão Tứ không tìm được con dao mổ nên đành thôi, nhưng trong lòng không chút hối hận.

Hôm sau, người vợ liền mời mẹ và nhiều người bà con đến chứng kiến rồi tuyên bố với Tuyên Lão Tứ: "Nếu ông vẫn cứ giữ nghề mổ heo, tôi sẽ ly thân với ông."

Nhưng Tuyên Lão Tứ thà ly thân với vợ chứ không chịu đổi nghề. Ông liền mang hết gia sản chia đều ra hai phần. Người vợ nhận một phần rồi mang đứa con trai nhỏ theo giữ bên mình vì sợ nó sau này sẽ nối theo nghiệp giết hại.

Sau khi vợ chồng ly thân, Tuyên Lão Tứ vẫn giết heo như cũ. Lúc ông ta vừa giết xong một con heo trong chuồng thì đứa con trai nhỏ đột nhiên bị bệnh nặng mà chết. Người vợ đau khổ quá, ngày nào cũng cãi nhau với

Tuyên Lão Tứ. Tuyên Lão Tứ cũng có chút hối hận, thế là không mổ heo nữa.

Hằng ngày không có việc gì làm, Tuyên Lão Tứ liền đi đánh bạc tiêu khiển. Nhưng đánh bạc lúc nào cũng thua, hết tiền liền bán ruộng đất để chơi tiếp. Không bao lâu, ruộng vườn đều bán hết, liền quay lại làm nghề mổ heo. Nhưng mổ heo lại chưa được một tháng thì Tuyên Lão Tứ mắc bệnh lạ, miệng mũi thường chảy máu mủ, đau đớn khôn cùng, cả ngày lại kêu eng éc như heo, hàng xóm nghe thế ai cũng nói: "Tuyên Lão Tứ lại kêu tiếng heo rồi."

Cứ như vậy kéo dài hơn một năm sau mới chết!

Sét đánh tham tàn

Trong Pháp Uyển Châu Lâm có ghi câu chuyện rằng: "Phong Nguyên Tắc thời nhà Đường, người Trường Sa, Bột Hải. Vào khoảng niên hiệu Hiển Khánh đời Đường Cao Tông được giao trông coi chùa Quang Lộc, lo những việc nấu nướng, tạp sự...

Lúc ấy, vua nước Vu Điền ở Tây vực là Phan Tộc sang triều kiến Thiên tử, mang theo cả mấy ngàn con dê. Vua nước Vu Điền nhờ Phong Nguyên Tắc đưa hết số dê này đến chùa Quang Lộc phóng sanh. Không ngờ Phong Nguyên Tắc vì lòng tham đã âm thầm mang dê bán hết cho bọn đồ tể, kiếm được một số tiền rất lớn.

Khoảng tháng 6 năm đầu niên hiệu Long Sóc, một ngày nọ thành Lạc Dương bỗng đổ mưa như trút nước, sấm chớp ầm ì, có một ánh chớp xẹt ngang kèm theo một tiếng sét lớn. Khi ấy, Phong Nguyên Tắc đang đi trên đường Tuyên Nhân Môn thì bị sét đánh vào người, đứt ngang cái đầu, máu chảy đầy đất, chết ngay tại chỗ.

Lúc đó mọi người đều xúm quanh để xem, chật cả đường đi, không ai là không kinh hãi, đều bảo nhau rằng: "Người này nhất định là đã làm việc gì bất nhân thất đức nên mới bị quả báo như vậy."

Than ôi! Việc xấu mình làm cho dù không ai biết đến nhưng cũng không thể tránh được sự báo ứng của nhân quả. Những người thường hay làm chuyện mờ ám há có thể không tự cảnh tỉnh được sao?

Giết dê biến thành dê

Sách Nghiệp báo đàm ký của Tiền Mai Khê ghi rằng: "Tiết Khánh Quan là người hàng xóm của Tiền Mai Khê, làm nghề mổ dê, nhà khá giàu. Năm 40 tuổi, Tiết Khánh Quan mắc bệnh nặng, sau khi lành bệnh thì khuôn mặt bỗng nhiên biến thành mặt dê.

Về sau đến An Huy buôn bán gạo lại bị chết trôi, mất xác."

Bắn nai giết con

Ngô Đường là người Lô Lăng, huyện Cát An, tỉnh Giang Tây, rất giỏi bắn cung, thích săn bắn, thường dắt con trai theo đi săn.

Một hôm nọ, thấy một con nai mẹ dẫn một con nai con đi dạo trong rừng, Ngô Đường giương cung bắn chết nai con. Nai mẹ thương con, chạy lui chạy tới kêu lên bi thảm. Ngô Đường không những không thương xót, mà còn nấp vào chỗ khuất, đợi cho nai mẹ đến bên xác nai con thè lưỡi liếm tỏ lòng yêu thương liền giương cung bắn chết nai mẹ.

Khi Ngô Đường chạy lại chỗ hai mẹ con nai, bỗng phát hiện thấy một con nai bông, liền giương cung bắn. Không ngờ bắn xong mới thấy mình đã bắn nhầm đứa con trai, chết ngay tại chỗ.

Ngô Đường ôm xác đứa con trai yêu quý, đau khổ khôn cùng. Bỗng nhiên nghe trong hư không có tiếng gọi: "Ngô Đường! Tình thương nai mẹ yêu con đâu có khác gì ngươi?"

Khi Ngô Đường ngạc nhiên ngẩng đầu nhìn lên thì bất ngờ trong lùm cỏ lao ra một con hổ lớn, vồ lấy Ngô Đường. Ngô Đường ngã xuống, gãy tay mà chết.

Cứu hoẵng thoát nạn

Trong sách Văn Đăng của Hoàng Quảng Văn có ghi: "Làng Tây, huyện Quý, tỉnh Quảng Tây có hai vợ chồng họ Trương, xưa nay thích làm việc thiện, nhất là đối với loài vật, chưa từng khinh thường làm tổn thương hay giết hại.

Một hôm nọ, có người thợ săn đuổi giết một con hoẵng. Con hoẵng sợ hãi chạy trốn trong nhà họ Trương. Người vợ vội vàng lấy chiếc áo cũ trùm lên con hoẵng. Người thợ săn đi vào, nhìn quanh bốn phía, không thấy con vật đâu, liền đi ra. Người vợ thấy người thợ săn đi xa rồi mới để cho con hoẵng chạy đi. Con hoẵng dường như biết ơn cứu mạng của bà họ Trương, trước khi đi gật gật đầu mấy cái như tỏ lời cảm ơn rồi mới chạy đi.

Mùa xuân năm sau, một hôm nọ bỗng thấy một con hoẵng chạy xông vào nhà họ Trương, dùng sừng xốc lấy đứa con nhỏ của bà mà chạy đi. Bà Trương vội vàng đuổi theo, đến chỗ đất trống con hoẵng liền bỏ đứa bé xuống rồi chạy mất.

Bà Trương chạy lại bồng con về, trong lòng suy nghĩ: 'Con hoẵng này sao không biết ơn mà còn chơi ác! Chẳng lẽ nó không phải con hoẵng mình cứu năm ngoái hay sao?' Vừa đi vừa nghĩ, về đến cổng lúc nào không hay. Khi vừa bước vào cổng mới thấy cả toà nhà bị cây đại thọ sau nhà gãy xuống đè bẹp, heo chó trong nhà đều bị đè chết. Bà Trương nhờ đuổi theo con hoẵng mà được thoát nạn, mẹ con đều bình an."

Than ôi! Loài vật cũng biết tham quý sự sống chẳng khác con người. Một khi được cứu sống cũng biết nghĩ đến sự báo đáp thì lẽ nào khi bị giết hại chúng lại không có sự oán hận hay sao?

Kỵ giỗ không nên sát sanh

Trong Trúc Song Tùy Bút của đại sư Liên Trì có kể lại câu chuyện rằng:

"Họ Kim ở Tiền Đường, Triết Giang là người trì trai giữ giới rất thành kính. Sau khi chết, thần thức có lần gá vào một đứa bé trai mà nói với người nhà rằng: 'Tôi tu trì thiện nghiệp thời gian không lâu, chưa được vãng sanh Tịnh độ, hiện ở cõi âm nhưng cũng rất an vui, được đi lại tự tại.'

Một hôm khác, thần thức lại gá vào một bé trai khác, nói với người vợ rằng: "Sao bà lại giết gà cúng tôi, vì chuyện ác đó mà bây giờ tôi đi đâu cũng có quỷ sứ đi theo, không còn được tự do như trước nữa." Ngay lúc đó, con dâu họ Kim đang mang thai, mọi người có mặt liền thử hỏi ông ta là sanh con trai hay gái. Họ Kim nói: "Sanh con trai, mẹ tròn con vuông; lần sau cũng lại sanh con trai nữa, nhưng mẹ con đều mất."

Mọi người nghe nói ai cũng kinh dị, bán tín bán nghi, ghi nhớ trong lòng để xem có thật ứng nghiệm hay không.

Quả nhiên, sau người con dâu sanh con trai, mẹ con bình an. Rồi lần sau lại sanh con trai nữa, nhưng khó sanh, vừa sanh xong thì mẹ con đều mất. Lúc đó mới xác tín lời họ Kim nói, nhất nhất đều ứng nghiệm, không sai hào tơ.

Từ câu chuyện này có thể biết chắc rằng việc giết hại để cúng kỵ chỉ làm tăng thêm nghiệp ác cho người quá cố, chẳng ích lợi gì. Những người con hiền cháu thảo không lẽ lại nhẫn tâm làm liên lụy đến cha mẹ tổ tiên?

Do đó, đối với việc cúng giỗ, con hiền cháu thảo nếu muốn tận hiếu chỉ nên dùng hương hoa trái quả, đồng thời trì trai, niệm Phật, tụng kinh, hồi hướng Tây phương Tịnh độ, cầu nguyện cho tổ tiên sớm ra khỏi luân hồi mới là sự báo ân chân chánh."

Ham ăn thịt gà chịu quả báo

Trong bút ký của Kỷ Hiểu Lam có ghi: "Người dì của họ Vương ở thành Văn An, huyện Tân Trấn, tỉnh Hà Bắc có kể một câu chuyện rằng: Khi tôi chưa lấy chồng, một lần nọ đang ngồi trong chiếc thuyền buồm, xa xa trông thấy trong một chiếc thuyền đang cập bến có một phụ nữ trung niên nhà quan, chống tay lên cửa sổ khóc, rất nhiều người bao vây xung quanh, lúc đó mẹ tôi cũng mở cửa sau đứng nhìn.

Sau hỏi ra mới biết vốn người phụ nữ ấy là phu nhân của một quan tri phủ, nghỉ trưa trên thuyền, mộng thấy đứa con gái đã chết của mình bị người ta bắt đi giết, đứa con gái đau đớn kêu gào. Phu nhân kinh hãi tỉnh dậy, tiếng kêu thảm của đứa con gái còn phảng phất bên tai. Hồi tưởng cảnh mộng tợ hồ xảy ra ở chiếc thuyền bên cạnh, lập tức cho người hầu qua xem xét, phát hiện chiếc thuyền bên cạnh đang giết một con heo, máu đang chảy. Trong mộng thấy đứa con gái bị trói hai chân bằng dây thừng, bị trói hai tay bằng thắt lưng đỏ, giờ nhìn con heo kia thấy dây trói chân trước chân sau đều giống như trong mộng, vì thế biết chắc con heo kia chính là con gái mình chuyển kiếp. Bà đau đớn tột cùng, cơ hồ như muốn chết đi, liền chuộc lấy con heo kia về đem chôn cất.

Lại nghe người hầu của bà kể rằng: 'Con gái bà ấy chết lúc 16 tuổi, lúc còn sống tính tình ôn hoà dễ thương, chỉ có một điều là rất thích ăn thịt gà, ngày nào cũng phải có thịt gà, nếu không có thì không ăn cơm. Mỗi năm số gà giết cho cô ta ăn phải đến bảy, tám trăm con. Ngoài ăn thịt gà ra, cô ta có không có một việc ác nào khác. Như nay gặp ác báo này, chắc là do nghiệp giết hại quá nặng.'

Theo Phật dạy, những người gây nghiệp giết hại nặng nề thì quả báo phải đọa vào địa ngục; chịu tội địa ngục xong, sau đó đầu thai làm súc sanh. Khi chúng sanh oan trái trong vòng luân hồi gặp nhau, mỗi mỗi việc ác cũ đều phải đền trả, gọi là hoa báo. Nếu không biết vâng lời Phật dạy mà chấm dứt sự gây tạo nghiệp ác thì làm sao có thể thoát ra khỏi các đường ác? Thật là đáng sợ!

Nhạn khóc sanh ly

Năm Đinh Sửu, niên hiệu Vạn Lịch đời vua Thần Tông nhà Minh, tướng Tiền Sâm ở Trấn Giang khi dẫn binh qua sông có một binh sĩ mang theo một con chim nhạn nhốt trong lồng, để sau thuyền. Khi thuyền đang xuôi nước, bỗng thấy một con nhạn khác bay tới, bay theo con thuyền, kêu lên những tiếng rất thảm thương. Con nhạn trong thuyền cũng ứng đáp một cách thê thảm. Thuyền chạy hàng trăm dặm, con nhạn kia cũng không rời nửa thước, nhưng binh sĩ kia không chút động tâm mà còn lấy đó làm vui.

Đến khi thuyền sắp cập bến, con nhạn trong lồng biết sắp sanh ly tử biệt với bạn, liền ngước cổ lên kêu lớn bi thương, con nhạn bên ngoài bất chấp tất cả, hạ xuống bên lồng, hai con nhạn đứng sát vào nhau, dùng cổ cọ nhau không rời. Quân sĩ trong thuyền đều rất lấy làm lạ, vội dùng tay tách chúng ra, không ngờ hai con nhạn đã vì tình mà chết cả.

Tướng Tiền Sâm biết được sự việc rất giận dữ, trách mắng quân sĩ không nên làm tổn thương chí tình của động vật vô tội, liền hạ lệnh các binh sĩ trong thuyền, mỗi người đều bị đánh nhau 30 roi. Riêng người có con chim nhạn nhốt trong lồng, không bao lâu sau mắc bịnh lạ, suốt mấy tháng không thể trị liệu được mà chết.

Chết không che được tội

Tại Phố Trấn, Bình Hồ Đài, Triết Giang có một đại thân sĩ, buôn bán gỗ, nhà rất giàu, rất tốt bụng với mọi người, không chút tư lợi, chỉ có một điều là ông ta rất coi trọng vấn đề ăn uống, bất luận là yến tiệc hay ăn uống hằng ngày đều rất xa xỉ, nhất là thường mua chim sẻ nhét đầy bụng vịt để nấu ăn. Khi ăn, dùng đũa vạch bụng vịt ra, chim sẻ la liệt, hương vị đặc biệt ngon, gọi đó là "bách điểu triều vương". Chỉ do thói quen ăn uống này mà không biết đã giết hại biết bao nhiêu là sanh mạng.

Về sau vị đại thân sĩ này trên lưng bỗng nổi lên một cái nhọt lớn, xung quanh mọc lên rất nhiều mụt nhỏ, thầy thuốc khắp nơi đều bó tay. Ai cũng nói đây là bệnh "bách điểu triều vương", cho dù thần y Biển Thước có tái thế e cũng khó chữa trị khỏi. Đại thân sĩ đau nhức khó chịu, ngày đêm kêu la, kéo dài như thế mấy tháng thì chết.

Ôi thôi! Ai ngờ việc tàn sát mạng vật mà sau phải mắc bệnh trùng tên với món ăn. Những người thích ăn thịt động vật, nghe biết được việc này lẽ nào có thể không tự thức tỉnh?

Hung bạo tự nhai lưỡi

Tại Hoàng Lâm, ngoài thành Thường Châu, tỉnh Giang Tô có mấy cái đầm lớn, lau sậy rất nhiều nên thường có chim sẻ đến trú ngụ. Có người họ Vương trong thôn làm một cái lưới bắt chim lớn, đặt giữa đám lau rồi thả chim ưng đuổi, chim sẻ kinh sợ bay tán loạn vào lưới. Họ Vương liền bắt chim mang về, dùng đá đè chết, sau đó mang ra chợ bán.

Họ Vương tính tình thô bạo, chuyên làm nghề bắt chim đã nhiều năm. Nếu có ai bất cẩn, làm rách lưới chim của anh ta, anh ta tức giận mắng chửi cả ngày, cho nên những người trong thôn ai cũng ghét.

Sau họ Vương mắc một loại bệnh quái lạ, đau nhức cả mình, thầy thuốc khắp nơi đều không chữa khỏi. Sau bệnh kéo dài rồi trở nặng trong mấy ngày, ông ta tự nhai nát lưỡi mình, thất khiếu chảy ra máu tươi mà chết.

Sám hối thoát tội

Hoàng Tú Nguyên là thầy thuốc ở huyện Dư Hàng, tỉnh Triết Giang, xưa nay là người giỏi trị bướu độc.

Ông kể lại rằng: "Mấy năm trước, có một người đau khổ, rên xiết cả ngày, để lưng trần đến tôi xin chẩn bệnh. Tôi khám thấy lưng anh ta bị một cái nhọt độc rất to, xung quanh có mấy chục cái nhọt nhỏ, tất cả đều sắp loét. Tôi thất kinh nói: 'Bệnh này gọi là bách điểu triều vương, nếu lở loét thì không cách gì chữa trị được nữa, anh thường ngày rốt cuộc đã sống bằng nghề gì?' Người kia trả lời: 'Tôi ban ngày đi bắn chim, ban đêm đi tìm tổ chim, phá tổ bắt chim, hơn mười năm nay bán chim để sống.' Tôi nói: 'Anh tàn nhẫn sát hại sanh mạng, vì thế mới bị quả báo này. Mủ độc mỗi khi loét ra thì hết cách trị. Nếu anh lập thệ nguyện từ nay đổi nghề, không sát hại sanh mạng, tôi sẽ tận lực cứu chữa cho anh.' Người ấy cung kính nghe theo, thiết trai đàn lập thệ nguyện từ nay tuyệt đối không làm việc giết hại. Tôi liền chữa trị cho anh ta. Qua hơn nửa tháng, kỳ tích xuất hiện, bệnh đột nhiên lành. Từ đó quả nhiên không sát sanh nữa, đổi sang làm nghề bán rau, đến nay vẫn còn khoẻ mạnh.

Danh y Hoàng Tú Nguyên quả là người thấu rõ gốc bệnh, không chỉ dựa vào việc dùng thuốc thang mà còn biết khuyên dạy chuyển hoá người bệnh bỏ ác làm lành, đúng là bậc đại thiện tri thức. Gốc bệnh trong tâm đã trị thì bệnh ngoài thân mới có cơ may chữa khỏi. Nguyên lý này chẳng phải rất đáng cho mọi người suy ngẫm lắm sao?

Hiền lành được phước

Họ Uyển ở Kinh Khẩu, Giang Tô, người vợ mắc bệnh ho lao rất nặng. Có người thầy thuốc bảo phải dùng đủ một trăm cái đầu chim sẻ để chế thuốc và trong vòng 21 ngày phải uống hết não chim thì bệnh sẽ lành.

Họ Uyển tin lời làm theo, mua về đủ một trăm con chim sẻ, nhốt trong lồng để chuẩn bị trị bệnh cho vợ.

Người vợ biết được, giận dữ nói: "Vì một mạng sống của tôi mà giết hại cả trăm mạng chúng sanh, tôi thà chết quyết không nỡ làm việc giết hại như thế." Nói rồi liền thả chim bay đi hết.

Không lâu sau bệnh tình của bà tự nhiên khỏi, lại mang thai sanh được một đứa con trai. Trên hai cánh tay của đứa bé có những vằn đen, hình dạng tợ như cánh chim sẻ.

Quả thật là nhờ một ý niệm nhân từ phóng sanh cứu vật mà có được kết quả khỏi bệnh, lại sanh được con trai. Thấy việc như vậy làm sao có thể không tin nhân quả?

Sát sanh chịu báo ứng ngay

Người dân phụ cận vùng Thái Hồ phần nhiều làm nghề săn bắn và chài lưới, chỉ có gia đình Trầm Văn Bảo là ưa thích làm việc thiện. Mỗi khi thấy người ta bắt được chim cá là mua để phóng sanh.

Về sau, làng ấy gặp nạn ôn dịch, có người ban đêm thấy hai con quỷ ôn dịch tay cầm rất nhiều cờ, nói chuyện với nhau rằng: "Trừ gia đình Trầm Văn Bảo biết phóng sanh ra, còn tất cả các gia đình khác đều theo thứ tự mà cắm cờ."

Không lâu, hơn ba trăm gia đình trong làng ấy đều bị nạn ôn dịch mà chết đến hơn một nửa, chỉ có gia đình Trầm Văn Bảo là cả nhà bình an vô sự. Chẳng những thế mà người nào cũng được tuổi thọ dài lâu, cho đến về già cũng không ai đau bệnh gì cả.

Ba ba đòi mạng

Huyện Ngô, tỉnh Giang Tô có một phú ông giàu có. Đứa con trai phú ông rất thích ăn những món có mùi vị đặc biệt.

Một hôm nọ nhà đãi khách, mua về một con ba ba lớn. Đầu bếp khi sắp giết thịt bỗng thấy con ba ba chảy nước mắt, không nhẫn tâm giết liền báo với cậu chủ xin phóng sanh.

Đứa con trai phú ông chẳng những không thương xót mà còn nổi giận, tự tay cầm dao chặt đứt đầu ba ba. Cái đầu vừa rơi xuống đất bỗng nhiên bay ngược lên nóc nhà, khiến mọi người trông thấy cảnh ấy ai cũng lấy làm kinh dị.

Sau khi nấu thịt ba ba xong liền chia làm hai phần, một nửa biếu bên nhà vợ, một nửa đãi khách. Đứa con trai chỉ ăn vào được mấy miếng, lập tức đầu óc choáng váng, thần trí hôn mê, thấy trên nóc nhà toàn đầu ba ba. Người nhà dìu vào giường nằm, thấy giường chiếu mùng mền cũng toàn đầu ba ba. Anh ta luôn miệng kêu la có đến mấy trăm con ba ba đến cắn chân mình, đau đớn không chịu nổi, rên la suốt ba ngày ba đêm, không sao chữa trị được đành chịu chết.

Phóng sanh chuộc tội

Cảng Trấn An, thị trấn Đan Đồ, huyện Trấn Giang, tỉnh Giang Tô có con ba ba già, tụ tập con cháu về ở một chỗ, sanh trưởng rất nhiều.

Ngư dân ở đó có lần bắt được một con ba ba rất lớn, mang tặng phú gia họ Triệu. Họ Triệu thích ăn thịt ba ba nên đã trả rất nhiều tiền cho người ấy. Từ đó, những người đánh cá bèn lục lạo khắp nơi tìm bắt ba ba. Mỗi khi bắt được ba ba liền mang đến cho họ Triệu.

Trải qua hơn một năm như vậy. Một ngày nọ, họ Triệu bỗng nằm mộng thấy đến miếu Đông Nhạc, đối chất với một người, người này đầu nhọn, thân thể béo mập, tự xưng là lão ba ba dưới sông, tố cáo họ Triệu vì miếng ăn mà đã giết biết bao con cháu của ông. Nhạc đế trên tòa trách hỏi họ Triệu, họ Triệu thành thật trả lời đầy đủ việc những người đánh cá mang biếu ba ba.

Nhạc đế quở trách họ Triệu rằng: "Lão ba ba ở trong hang động đã nhiều năm, xưa nay chưa từng bị hại. Những người đánh cá xưa nay cũng không tìm bắt ba ba, chỉ vì ông cho họ nhiều tiền nên khiến họ sanh lòng tham mới tìm bắt cho ông. Ông vốn là người giàu có, sao không biết phóng sanh tích phước mà lại phóng túng tham ăn vị ngon, giết hại biết bao sanh linh. Tội giết hại này không thể khoan thứ."

Họ Triệu hết lời cầu xin miễn tội, nguyện từ nay trở đi sửa lỗi, đồng thời phát nguyện nếu như được thả về dương gian sẽ giới sát phóng sanh, trì trai giữ giới để chuộc tội lỗi.

Cầu xin nhiều lần như thế, Nhạc đế liền ra lệnh đánh mấy roi để trị tội rồi dạy: "Ai có một niệm lành thì quỷ thần liền theo bảo hộ. Ông nếu biết ra sức làm lành ắt có phước báo, còn nếu vẫn tạo tội như cũ, quyết sẽ không tha."

Nói xong, lệnh cho quỷ sứ đưa họ Triệu về.

Họ Triệu tỉnh dậy, hai chân chỗ bị roi đánh bầm tím đau nhức, suốt mấy ngày phải có người dìu đỡ mới đứng thẳng được. Ông kể lại hết những gì đã thấy trong mộng, đồng thời khuyên bảo mọi người giới sát phóng sanh.

Từ đó ông không tiếc tiền bạc, thường bỏ ra mua rất nhiều động vật để phóng sanh. Quả nhiên về sau gia cảnh càng thêm giàu có, vào bậc nhất nhì trong vùng.

Giết ba ba hại thân

Cảng Trấn An, thị trấn Đan Đồ, huyện Trấn Giang, tỉnh Giang Tô có một người kia rất thích ăn thịt ba ba.

Một đêm nọ, nằm mộng thấy một người mặc áo đen dập đầu xin tha mạng. Đêm ấy người vợ anh ta cũng mộng thấy như vậy.

Sáng hôm sau, có người đến biếu một con ba ba lớn, người chồng vui lắm. Người vợ liền khuyên can rằng: "Người mặc áo đen mộng thấy đêm qua e rằng chính là con ba ba này đấy, chúng ta sao không phóng sanh để làm một việc thiện?"

Người chồng thấy con ba ba thích quá, không chịu nghe lời vợ, liền giết ba ba ăn thịt.

Ăn xong, bỗng nhiên muốn đi tắm; vào phòng tắm rồi rất lâu không thấy trở ra, cũng không nghe động tĩnh gì. Người vợ lấy làm lạ mới phá cửa vào, không thấy chồng đâu cả, chỉ thấy đầy bồn tắm là máu, xương cốt cũng không còn, chỉ còn lại một ít tóc mà thôi!

Lươn oán cắn tay

Một ông nọ ở huyện Quý Trúc, Quý Châu thích ăn thịt lươn, bữa ăn nào cũng phải có thịt lươn. Tuổi đã gần 60, cả đời giết không biết bao nhiêu lươn rồi!

Một hôm nọ, ông ra chợ mua lươn, muốn chọn những con lươn thật mập. Người bán liền để cho ông tự chọn lấy. Ông xắn tay áo lên, nhúng tay vào chậu lươn, bỗng nhiên những con lươn đều nhảy vọt lên, tranh nhau cắn vào tay ông, đau quá ông ngất đi, nhưng những con lươn vẫn không chịu nhả ra, cứ cắn chặt vào tay ông. Răng lươn cắn sâu vào thịt, không sao gỡ ra được. Người con vội đến đưa ông về nhà, đành phải dùng chặt đứt mình lươn ra, mà đầu lươn vẫn cứ bám chặt hồi lâu, cuối cùng mới từ từ rơi xuống từng cái. Khi ấy, chỗ thịt nơi cánh tay ông đã nát nhừ, rồi ông chết trong đau đớn.

Lửa thiêu nhọt phát

Ông Cao Duy Thành kể lại câu chuyện rằng: "Năm Ất Sửu, niên hiệu Gia Khánh đời vua Nhân Tông nhà Thanh, nhà tôi có thuê một người làm công quê ở Đông Quan, Cối Kê, đã hơn 50 tuổi. Mọi người đều gọi ông ta là lão Từ, làm việc rất chăm chỉ.

Một hôm nọ, trời sắp trưa mà lão Từ vẫn chưa thấy thức dậy. Mọi người thấy lạ liền đến gõ cửa phòng. Rất lâu mới thấy ông ra mở cửa, hai chân cà nhắc, dáng vẻ rất đau khổ. Gạn hỏi nguyên do, lão Từ nhăn mặt nói: 'Năm tôi 20 tuổi có mở tiệm bán bún ở Đông Quan, có đủ các món bún, nhưng chỉ có bún lươn là nổi tiếng nhất. Mỗi ngày phải giết đến mấy chục ký lươn mới đủ bán. Ba mươi năm như vậy, tích lũy được hơn ba ngàn đồng tiền. Sau thấy dầu thùng xuống giá, mới lấy hết số tiền ấy mua dầu thùng dự trữ, đợi giá lên cao sẽ bán kiếm lời. Không ngờ mua về được mấy ngày thì gặp hỏa hoạn cháy hết sạch, đành phải lang thang đi làm thuê. Hôm qua tôi mộng thấy vô số lươn đến đòi mạng, trong đó có hai con lươn lớn, hai mắt giận dữ xông đến cắn vào hai đùi tôi. Đau quá tỉnh dậy, đến sáng nay thì hai chân đau không nhấc lên nổi, vì thế đến giờ này mới dậy.'

Mọi người đều thấy đùi ông ta sưng đỏ như bị mụn nhọt. Lúc ấy gia đình tôi chế thuốc vạn linh đơn, trị mụn nhọt và rắn cắn rất công hiệu, liền lấy thoa lên mụt cho ông ta, mủ tiêu dần, cơn đau cũng đỡ dần. Mọi người cho rằng giấc mộng của lão Từ không thật, không đáng tin, chỉ là trùng hợp sanh nhọt mà thôi.

Rồi một hôm nọ, lão Từ lại đóng cửa, gọi mãi không mở, phá cửa vào thì thấy lão Từ ràn rụa nước mắt nói: 'Tôi sắp chết mất, hôm nay lại mộng thấy hai con lươn lớn giận dữ đến cắn vào vết thương cũ, đau thấu tận tim can, nhất định là không sống được nữa.' Gia đình lại lấy linh đơn thoa lên vết thương, nhưng không công hiệu nữa. Chỉ qua mấy ngày, mụn nhọt thối đến lòi xương ra mà chết!"

Hung tàn chịu báo ứng

Sách Quảng ái lục của tiên sinh Mạnh Bình Am có ghi lại rằng: "Quan Thị lang Hà Niệm Tu, tự Phùng Hỷ có kể: Tô Châu có một tiệm bún thịt lươn đắt khách hơn những tiệm bún khác. Cách giết lươn của họ thế này: Xung quanh cái lồng nhốt lươn, họ cắm rất nhiều đinh nhọn, rồi nhúng lồng lươn vào nồi nước sôi, những con lươn nóng quá, chạy quanh bốn phía, bị các đinh nhọn lột da cắt thịt mà chết. Sau đó lấy ra nấu bún, hương vị rất ngon.

Sau nhiều năm, vào một đêm nọ, người cha bỗng nhiên đi không về. Hôm sau, người con đi tìm dọc theo bờ sông, thấy cha bị chết chìm dưới nước. Người con vớt cha lên, vác lên vai, thấy vô số lươn bu quanh bụng thi thể, những người vây quanh xem, không ai là không kinh hãi, cho rằng đó là quả báo hiện tiền của việc giết lươn một cách quá tàn độc.

Nghiệp bắt ếch

Trương A Hỷ là người làm ruộng ở huyện Giang Âm, tỉnh Giang Tô, thường bắt ếch bán kiếm tiền, lại dạy cho người khác cách nấu thịt ếch.

Có người khuyên ông ta rằng: "Ếch là loài có ích, bảo vệ hoa màu, quan phủ đã có cáo thị nghiêm cấm việc bắt ếch. Ông làm nghề gì cũng có thể nuôi sống gia đình, đâu cần phải làm cái nghề phạm pháp này?" Nhưng A Hỷ không chịu nghe theo.

Một hôm nọ, Trương A Hỷ đang bắt ếch bên bờ sông bỗng trượt chân té xuống sông chết. Hai ngày sau, thi thể nổi lên mặt nước, có vô số ếch bao quanh ăn thịt. Người dân vùng phụ cận ồ ạt rủ nhau kéo đến xem, thấy vậy không ai là không kinh hãi. Mọi người đều nói: "Đó là quả báo hiện tại của nghiệp bắt ếch."

Chuyện ấy xảy ra vào niên hiệu Đạo Quang thứ 16 đời nhà Thanh.

Ếch đòi mạng

Lương Gia Thọ là thợ hớt tóc ở huyện Vô Vi, tỉnh An Huy, rất thích ăn thịt ếch. Cả đời ông đã giết không biết bao nhiêu là ếch!

Đến tuổi trung niên, một đêm nọ Thọ đang ngủ bỗng nhìn thấy ếch đầy giường chõng, áo quần, mền chiếu... ở đâu cũng có. Thế là ông thức dậy, nhóm lửa mang mùng mền chiếu gối, áo quần bỏ vào nồi nấu, phiền nhiễu cả đêm, không thể an giấc.

Hôm sau, ông sang kể chuyện đêm qua cho người hàng xóm nghe. Đang nói chuyện, bỗng ông vội nói: "Ô kìa! Ếch lại bám đầy cả trên mình tôi rồi."

Nhưng không ai nhìn thấy gì cả. Rồi ông lại nói: "Đầu tóc, mi mắt tôi cũng đầy những ếch." Thế là ông tự cạo sạch hết tóc, lông mày... nhưng tinh thần vẫn thế. Hằng ngày đều bảo chàng rể lấy gậy đánh vào thân ông, lại lấy áo quần bỏ trong cối gạo, bảo người đánh, cả năm phiền nhiễu không an, bị dần vặt điên loạn như thế suốt sáu năm mới chết.

Đây là chuyện mắt thấy tai nghe do ông

Trương Trung, hàng xóm của Lương Gia Thọ kể lại. Chuyện này xảy ra vào năm Dân quốc thứ 11, lúc đó ông Trung chỉ độ hơn mười tuổi.

Giết rắn hại con

Phía nam thành Giang Sơn, tỉnh Triết Giang có một người nông phu tánh hiếu sát, đã tàn hại vật mạng rất nhiều.

Khoảng tháng 5 niên hiệu Đồng Trị thứ 6 đời nhà Thanh, một hôm nọ người này vác cuốc ra đồng, bỗng từ xa thấy một con rắn đang trừng mắt lè lưỡi, liền đuổi theo dùng lưỡi cuốc chặt đứt đầu rắn.

Người ấy tuổi đã hơn 40, chỉ có một đứa con trai, khoảng 7, 8 tuổi. Đêm ấy đứa con trai nằm mộng thấy rắn độc cắn đau kinh khủng. Hôm sau, bỗng nhiên sốt nặng, thuốc thang không công hiệu. Khi sắp chết, trong cơn hoảng hốt thấy con rắn mà người nông phu đã giết cắn mạnh vào nó. Nó hét lên một tiếng thất thanh rồi trừng mắt lè lưỡi mà chết.

Sự khác biệt của sát sanh

Vào tiết Trùng dương (mồng 9 tháng 9) năm cuối niên hiệu Càn Long nhà Thanh, lúc trời chưa sáng thì con đê ở Nhuận Châu thuộc huyện Trấn Giang, tỉnh Giang Tô bị vỡ, người dân cả thôn đang say sưa trong giấc ngủ thì nước lớn tràn vào, người chết vô số, thây trôi như lục bình.

Trước trận thuỷ tai ấy năm ngày có một ngư dân nhìn thấy một viên quan lại mặc áo đen, nhặt dưới sông lên một cuốn sách đen. Ngư dân đến hỏi xem việc gì, viên quan áo đen trả lời: "Đây là báo ứng của sát sanh, phải nhanh giới sát phóng sanh." Nói xong, vội ném cuốn sách xuống sông rồi biến mất.

Cư dân ở đây đều hiếu sát, nếu sanh con gái, phần nhiều đều dìm nước chết, lại ngày nào cũng bắt ốc, ếch nhái... làm thức ăn. Trẻ con cũng biết cầm dao giết động vật, cha mẹ lại khen cho là giỏi.

Cả thôn ấy chỉ có bà họ Khổng là không sát sanh. Bà Khổng đã 70 tuổi, vẫn chăm chỉ dệt vải kiếm tiền, mua vật phóng sanh, lại thường khuyên chồng phải từ ái, con dâu phải hiếu thuận, gặp ai cũng luôn dặn dò:

"Cứu trùng kiến đều là âm đức, đừng cho là việc thiện nhỏ mà không làm." Có lúc người ta cười bà không thực tế, bà cũng không để lòng.

Vào hôm xảy ra nạn lụt, cháu trai bà bỗng lên cơn sốt. Bà Khổng phải đưa cháu lên ngôi chùa trên núi để trị bệnh, ngờ đâu lại tránh được thủy tai. Điều này cho thấy chính nhờ bà Khổng trong tâm tràn đầy tình thương nên mới riêng thoát khỏi cơn đại nạn!

Quả báo sống bằng tiền tội lỗi

Huyện Gia Hưng, tỉnh Triết Giang có một bà cụ, con trai làm nghề bắt cua, mỗi lần bắt được là dùng dây cỏ xâu thành chuỗi mang ra chợ bán mua gạo nuôi mẹ. Trải qua năm tháng, số cua mà người con trai bắt được, không biết bao nhiêu mà tính, người mẹ an nhiên hưởng thụ, không biết đó là tội lỗi.

Một hôm nọ, bà cụ mắc bệnh lạ, cứ tự mình lấy từng sợi dây cỏ nuốt vào bụng; nuốt vào rồi lôi ra; lôi ra rồi nuốt vào. Máu và niêm dịch trong ruột chảy ra theo dây cỏ, lại luôn miệng lẩm bẩm: "Tôi sống bằng đồng tiền tội lỗi của con tôi, vì thế mà bị quả báo này."

Cho đến lúc bà cụ không nuốt cỏ được nữa thì trong người mệt nhoài, nằm liệt giường. Mọi người trong thôn đến xem, ai cũng kinh hãi. Bà cụ bị dần vặt như thế đến mấy ngày mới chết.

Lòng từ đưa đến số mạng

Có hai vị nhân sĩ là Đào Thạch Lương và Trương Chi Đình ở Cối Kê, Triết Giang cùng đến chơi chùa Đại Thiện, thấy ngư phủ bắt đến mấy vạn con lươn đem bán. Đào Thạch Lương nói với Trương Chi Đình: "Tôi không nỡ để mấy vạn con lươn vô tội này bị nấu chín, muốn mua hết phóng sanh. Chỉ có điều hiện không đủ tiền, mong anh cùng giúp sức, khuyến hóa quyên góp để làm việc thiện này, không biết ý anh thế nào?"

Trương Chi Đình cũng cảm khái tán thành, tự mình bỏ ra hai lượng bạc, quyên góp thêm cộng được tám lạng, mua hết mấy vạn con lươn để phóng sanh.

Đến mùa thu, một đêm nọ, Đào Thạch Lương nằm mộng thấy có vị thần bảo rằng: "Số mạng của ông đáng lẽ không thể thi đậu, nhưng nhờ công đức phóng sanh rất lớn nên lần này được đậu cao." Đào Thạch Lương tự nghĩ: "Việc phóng sanh nhờ vào sự tán thành của Trương Chi Đình, lẽ nào công đức lại chỉ thuộc về riêng ta?"

Mấy ngày sau, tên tuổi thi đậu ở Nam Kinh đưa đến, quả nhiên cả hai người họ Trương và họ Đào đều được bảng vàng.

Cứu ốc được phước

Hàn Thế Năng làm quan Lễ bộ Thị lang, người Trường Châu, Giang Tô, gia đình nhiều đời sống cạnh nghĩa trang. Gia cảnh nghèo khó, ông nội là Hàn Vĩnh Xuân muốn làm việc phóng sanh nhưng nhà không có tiền, liền nghĩ ra cách mỗi sáng thức dậy đều cầm chổi đến bên sông, quét hết những con ốc hai bên bờ xuống nước để tránh cho chúng không bị người ta bắt. Có lúc chịu đói quét cả mấy dặm dài, như thế không mệt mỏi hơn 40 năm, không từng gián đoạn.

Đến năm Đinh Mão, niên hiệu Long Khánh đời vua Mục Tông nhà Minh, Hàn Thế Năng mộng thấy thần mang giáp vàng đến báo: "Ông nội người làm việc phóng sanh, có công đức lớn, từ đây con cháu nhiều đời quý hiển, trước tiên cho ngươi vinh hưởng một phẩm quan."

Sau đó, Hàn Thế Năng làm quan đến chức Lễ bộ Thị lang, phụng mệnh đi sứ Triều Tiên, được vua ban cho một bộ triều phục. Con cháu họ Hàn về sau quả nhiên nhiều đời quý hiển.

Phóng sanh được phước

Trong Khuyến giới lục của Lương Kính Thúc có kể chuyện rằng: "Tiên sinh Thoái Am, tổ tiên của thái thú Trai Thanh thích làm việc thiện, thường dùng thuốc cứu người, bình sinh hay làm việc phóng sanh.

Một hôm nọ, có người bạn mang biếu Thoái Am hai giỏ cua sống, những người xung quanh đều rất thích được thưởng thức món cua. Lúc ấy, Thoái Am đang ngồi trong một chòi lá bên bờ hồ, liền mang hai giỏ cua đổ hết xuống nước. Khi ấy có một vị khách ở Hồ Châu thấy vậy khen rằng: "Tác phong của ông rất giống với Trương Phong Ông ở quê tôi, là cha của quan Thị lang Trương Lan Chữ. Gia đình họ Trương giới sát phóng sanh đã nhiều đời, anh em Trương thị lang, đều đăng khoa giáp, hưởng thọ đời quan quý hiển. Ông làm được như thế, không lâu con cháu ắt cũng sẽ quý hiển như gia đình họ Trương."

Một năm sau, Trai Thanh quả nhiên đỗ cao, được vào Hàn lâm viện, rồi được phái làm Thái thú Cao Châu.

Tàn bạo mau chết

Sách Pháp Uyển Châu Lâm có ghi lại câu chuyện này: "Lục Hiếu Chính thời nhà Đường, người Ủng Châu, vào những năm niên hiệu Trinh Quán đời Đường Thái Tông làm Tả vệ phủ Thấp Châu.

Hiếu Chính tính tình nóng nảy, thường hay tàn sát vật mạng. Trong phủ vốn có một thùng ong mật, treo trên cây phía nam nhà. Khi Hiếu Chính đến nhậm chức, sai người dời ong sang tổ khác, nhưng ong vẫn theo thói quen bám ở trên cây, Hiếu Chính tức giận, nấu một nồi nước sôi, tạt lên trên cây, mấy vạn con ong phải chết hết.

Tháng 5 năm sau, một hôm nọ, Hiếu Chính đang ngủ trưa trong nhà bỗng có một con ong mật bay đến, chích vào lưỡi ông, Hiếu

Chính đau quá tỉnh dậy, đầu lưỡi đã sưng đỏ, đầy cả miệng, không nói năng, ăn uống gì được. Thuốc thang gì cũng không công hiệu, đau đớn mấy ngày thì chết.

Giết kiến chịu quả báo hiện tại

Cữu Tứ Lục là người Dương Châu, huyện Giang Ninh, tỉnh Giang Tô, thích làm vườn, trồng hoa.

Một lần nọ, nhân trồng hoa đào đất thấy một hang kiến sâu và rộng như cái lu, trong hang có vô số kiến. Cữu Tứ Lục liền lấy nước sôi đổ xuống giết hết kiến, sau đó đắp đất xuống, trồng hoa lên.

Mùa hạ năm đó, một ngày nọ, Cữu Tứ Lục đang ở trần hóng gió trước sân, bỗng phát hiện toàn thân nổi đầy những vằn đỏ. Trong chốc lát thì những vằn đỏ biến thành những bọc nước đỏ, mỗi bọc nước dài bằng con kiến, đau đớn khó chịu, không được mấy ngày thì chết.

Tham ăn chịu quả báo

Họ Trầm ở Gia Hưng, Triết Giang, làm thứ sử Lô Châu, Tứ Xuyên, được thăng lên chức Thái thú, là người cương trực, thích làm việc bố thí, bà con bạn bè đều được giúp đỡ, chỉ có điều là nếp sống rất xa xỉ. Khi còn đương nhiệm thì áo quần ngựa xe cho đến phòng ốc đều rất hoa lệ, ăn uống toàn cao lương mỹ vị, những vật quý hiếm. Mỗi bữa ăn ít nhất phải có hai loại thịt, vì thế mà cả đời đã giết không biết bao nhiêu sanh mạng.

Sau, họ Trầm từ quan về vườn, mua một ngôi biệt thự lớn, trồng hoa cỏ vui thú điền viên, tạo đủ các cảnh núi non sông suối như một công viên nhỏ. Về chuyện ăn uống lại càng xa xỉ hơn trước.

Sau mười năm, gia cảnh suy sút, thần trí họ Trầm bỗng nhiên trở thành điên loạn, bất luận đồ sạch đồ dơ đều cho vào miệng, thậm chí cái tẩu thuốc, bình trà, chén trà, hễ cầm đến tay là nhai nát, đến nỗi thân thể tổn hại mà chết.

Việc này xảy ra vào khoảng niên hiệu Đạo Quang đời nhà Thanh.

Tàn sát chết ác

Trong *Quảng ái lục* của Mạnh Bình Am có ghi: "Mạnh Bình Am lúc thiếu niên từng nghe các bậc trưởng bối kể chuyện rằng: Có một quan huyện rất thích ăn màng chân vịt. Cách chế biến món ăn màng chân vịt của ông là: Đặt một tấm sắt lên than hồng cho tấm sắt cháy đỏ, rồi bỏ cái lồng nhốt con vịt lên. Con vịt nóng quá chạy lui chạy tới, hai bàn chân dần dần phồng giộp lên, sau đó mới cắt lấy bàn chân, rang lại mà ăn.

Lại bắt con dê sống buộc chặt vào khúc cây, sau đó bảo đầu bếp mổ bụng, thò tay vào móc lấy tim dê đem luộc.

Quả thật là chỉ biết đến sự ngon miệng nhất thời, không chút thương tiếc con vật vô tội phải chịu đau đớn thảm khốc rồi mới chết.

Về sau, quan huyện ấy tự nhiên bị mụn độc, không thuốc thang nào chữa trị được, nằm trên giường bệnh ngày đêm la khóc, bị hành hạ đau đớn rất lâu mới chết.

Chết ác đáng sợ

Có một người họ Ngụy ở huyện Ngô Hưng, Triết Giang, làm nghề thợ rèn, đồng thời chuyên bắn chim, bắt lươn, ếch, rùa, ba ba... hoặc dùng thuốc đánh cá, phá tổ chim... Bất cứ việc ác sát sanh nào anh ta cũng làm.

Có người thường khuyên anh ta, đưa ra nhiều sự thật báo ứng của nghiệp sát sanh, nhưng anh ta cười nhạt, không nghe.

Sau họ Ngụy bị mụn độc, toàn thân nổi đầy những bọc nước, trong mỗi bọc nước như có một hòn sắt, da đen nám, thịt ung thúi, nằm trên giường quằn quại đau đớn, rên la mà chết.

Họ Ngụy khi sắp chết, bỗng nhiên có vô số lươn, ếch, rùa, ba ba, chim sẻ... kéo đến ăn thịt ông ta. Vợ và con gái biết đó là oan báo sát sanh của họ Triệu nên không dám xua đuổi hay sát hại, chúng gặm, rỉa một lát thì xương cốt lòi ra, họ Ngụy tắt hơi mà chết, đoạn tuyệt luôn hậu tự. Chuyện này xảy ra vào năm thứ 10 niên hiệu Ung Chánh đời nhà Thanh.

Phút chốc chết vạn lần

Quan huyện lịnh huyện Bồ Thành, Thiểm Tây giữ giới không sát sanh đã lâu, nhưng vợ ông thì hung tàn bạo ác, lại thích ăn ngon. Hằng ngày đều giết heo, gà để ăn.

Một lần nọ, nhằm ngày sinh nhật, phu nhân đích thân dặn đầu bếp chuẩn bị yến tiệc thật ngon, heo dê gà vịt bị trói đầy chuồng. Huyện lịnh thấy vậy thương xót, mới khuyên phu nhân: "Bà vui ngày sanh, bọn chúng thì lại phải chết. Thật đáng thương quá, bà sắp chúc mừng ngày sanh, đáng lẽ phải phát lòng thương, trồng thiện tu phước..."

Phu nhân không đợi chồng nói xong, to tiếng mắng lại: "Nếu mọi người đều giống như ông, giữ giới không sát hại, e rằng chỉ mấy chục năm sau khắp thiên hạ, sẽ biến thành thế giới của loài cầm thú. Ông không cần phải tuyên thuyết với tôi mấy lời vô tri thức ấy, tôi không nghe đâu."

Huyện lịnh lắc đầu, thở dài mà đi ra.

Sáng sớm hôm sau, phu nhân còn đang trong giấc say nồng, thần thức bỗng cảm thấy như trổi dậy rồi đi vào nhà bếp, thấy đầu bếp đang mài dao, mọi người vây quanh nhìn. Rồi phu nhân bỗng thấy thần thức của mình nhập vào con heo, nhìn thấy đầu bếp đi thẳng đến trước mặt mình, cầm lấy bốn chân, đặt lên ghế, đè cổ thọc huyết, đau buốt tận tim can. Sau đó bị đưa vào nồi nước sôi, cạo lông, rồi các phần cơ thể lại bị cắt xẻo ra, cảm giác đau đớn không sao nói hết. Phút chốc, thần thức lại như tản mát đi, cảm giác phiêu bạt không nơi nương gá.

Lát sau, thần thức phu nhân lại nhập vào thân dê, rồi lại bị giết, kinh hãi cuồng loạn, nhưng bọn nô tỳ đứng bên cạnh thì vẫn nói cười tự nhiên, chắp tay thản nhiên đứng nhìn thảm cảnh bị giết ấy, cảm giác càng đau đớn hơn cả lúc làm heo bị giết.

Tiếp đến, nhà bếp lại ra tay giết gà, giết vịt... Mỗi lần như vậy thần thức của phu nhân đều nhập vào thân các con vật, chịu sự đau đớn bị cắt mổ, chặt xẻo...

Khi trải qua đủ những cảnh giết mổ trong nhà bếp rồi, thần thức mới có chút an định. Lúc ấy, bỗng người lão bộc mang đến một con cá chép vàng, thần thức phu nhân lại nhập vào con cá chép, rồi nghe một tỳ nữ sung sướng reo lên: "Phu nhân rất thích ăn cá chép, bây giờ bà còn đang ngủ say, mau bảo đầu bếp giết thịt để chuẩn bị buổi sáng cho phu nhân."

Thế là đầu bếp lập tức cạo vảy cá, móc ruột, chặt đầu chặt đuôi. Trong khi làm những việc đó thì phu nhân cảm thấy đau đớn như chính mình chịu phanh thây, xé xác. Cuối cùng, người đầu bếp lại đặt cá lên tấm thớt để bằm nhỏ. Lúc ấy, mỗi nhát dao bằm xuống đều là mỗi cơn đau không sao chịu thấu. Lạ thay, trong suốt quá trình này thì thần thức phu nhân như biến hoá ra trăm thân, ngàn thân, chịu đựng đau đớn không sao kể xiết.

Cuối cùng, phu nhân bỗng như vùng thoát ra khỏi cơn ác mộng, kêu ú ớ mấy tiếng rồi tỉnh dậy.

Ngay lúc ấy, đứa hầu gái mang thức ăn sáng vào, quả nhiên là món cá chép vò viên. Nó hớn hở nói: "Món cá chép vò viên vừa mới làm xong, phu nhân có thể dùng bữa sáng được rồi."

Phu nhân vừa nghe dứt câu thì hồn xiêu phách tán, kinh hoàng nhớ lại những nỗi đau đớn vừa trải qua trong mộng. Hóa ra đó nào phải chỉ đơn thuần là một giấc mộng! Bà lập tức khoát tay lia lịa bảo mang món cá đi, rồi bất giác nước mắt tuôn xuống như mưa. Bây giờ bà mới thực sự cảm thông được nỗi đau của những sinh linh từng bị giết hại vì bà. Ngay hôm đó, phu nhân ra lịnh bãi bỏ việc tổ chức yến tiệc.

Quan huyện lịnh nghe tin phu nhân không tổ chức sinh nhật nữa thì lấy làm lạ, liền theo gạn hỏi nguyên do. Phu nhân tường tận kể rõ đầu đuôi câu chuyện. Từ đó bà trường trai giữ giới.

Câu chuyện này xảy ra trong khoảng niên hiệu Gia Khánh đời nhà Thanh.

Giới sát thoát nạn âm ty

Trong Trúc Song Tùy Bút của đại sư Liên Trì có ghi lại câu chuyện này: "Một người họ Triệu ở Hoa Đình, huyện Tùng Giang, tỉnh Giang Tô, đi đến Thanh Phố thăm bà con. Trên đường đi thuyền, bỗng ông nhìn thấy có một người đứng trên thuyền, nhìn kỹ liền nhận ra là một người hầu đã chết.

Họ Triệu kinh sợ liền hỏi người ấy đến đây làm gì. Người ấy trả lời: 'Tôi từ sau khi chết được giữ một chức sai dịch nhỏ ở âm ty, hôm nay có lịnh trên sai đến đây bắt ba người.'

Họ Triệu liền hỏi xem ba người đó là ai. Người kia đáp: 'Một người là người ở Hồ Quảng, một người chính là người bà con ông đang đến thăm.' Nói đến đó thì im lặng. Họ Triệu liền cố gạn hỏi xem người thứ ba là ai, nhưng người ấy nhất định không nói.

Họ Triệu lo lắng dò hỏi: "Chẳng lẽ lại chính là họ Triệu tôi sao?" Người kia liền gật đầu nói: "Chính là ông đó."

Họ Triệu kinh sợ vô cùng, nhưng người kia liền an ủi: "Ông cũng đừng vội lo sợ. Nếu giữa đêm nay tôi không đến thì xem như ông thoát nạn." Họ Triệu hỏi vì sao, người kia nói: "Trên đường đi, tôi gặp rất nhiều người muốn giải trừ tai ách cho ông, đó là vì thường ngày cả nhà ông đều giới sát ăn chay, thường làm việc phóng sanh."

Nói rồi chỉ phút chốc không còn thấy người ấy đâu nữa cả.

Khi họ Triệu vừa xuống thuyền lên bờ, đến cổng nhà người bà con thì đã nghe tiếng than khóc từ trong nhà vọng ra. Họ Triệu run sợ rụng rời, nghĩ những điều mình vừa nghe được quả là không phải chuyện huyễn hoặc. Ngay lập tức quay lại lên thuyền về nhà. Đợi đến quá nửa đêm, quả nhiên không thấy gì xảy ra cả. Họ Triệu bình an vô sự, đến nay vẫn còn khoẻ mạnh, đã được hơn mười năm qua rồi. Chuyện này xảy ra vào tháng bảy năm Bính Ngọ, niên hiệu Vạn Lịch nhà Thanh."

Sống lại hưởng phước

Vương Đại Lâm ở thành Tô Châu rất thích làm việc phóng sinh. Mỗi khi thấy các em nhỏ bắt chim, cá, trùng, sâu... các loài động vật để vui đùa, ông liền đến dùng lời từ ái khuyên răn, dạy dỗ, vả lại còn cho chúng tiền, xem như mua lấy những con vật đó rồi mang đi phóng sinh.

Lúc nào ông cũng khuyên răn mọi người: "Tuổi nhỏ cần phải nuôi dưỡng cái đức yêu thương mạng sống của sinh vật, không được huân tập lâu ngày sẽ trở thành cái tâm tàn nhẫn thích giết hại."

Những người đã có con đều hoan hỉ nghe theo lời khuyên dạy của ông, cũng noi theo việc làm, phong thái của ông.

Sau đó, Vương Đại Lâm bị bệnh nặng sắp chết, bỗng nằm mộng thấy có vị thần đến nói: "Cả đời ông phóng sinh tích chứa công đức rất lớn, vì thế được kéo dài tuổi thọ thêm 36 năm nữa." Tỉnh dậy, quả nhiên được khỏi bệnh.

Mãi đến năm ông 97 tuổi, con cháu sum vầy đông đúc cùng sống chung trong một nhà êm ấm, hòa thuận. Ông không có bệnh tật gì, an lành qua đời. Tính lại quả đúng là đã sống thêm được 36 năm nữa.

Phóng sanh cải nghiệp

Vào đời nhà Nguyên có một phú ông không có con, đã cầu tự đủ cách nhưng vẫn không được.

Về sau, ông nghe tiếng đại sư Thái Nhạc tu hành chân chánh, thông suốt mọi việc đời, hai vợ chồng vội vàng tìm đến thưa hỏi. Đại sư dạy: "Đời trước ông phạm vào sự sát sanh quá nặng, giết hại rất nhiều sinh mạng cầm thú nên đời nay phải chịu quả báo không con. Nay ông phải sám hối, ăn chay giới sát, chuyên tâm lo việc phóng sanh chuộc mạng cầm thú, thường xuyên cứu giúp những kẻ khốn cùng thì may ra mới có thể chuộc được tội lỗi trước đây.”

Phú ông nghe lời đại sư dạy lập tức tỉnh ngộ. Từ đó lập thệ nguyện giới sát ăn chay, đồng thời thường bỏ tiền ra mua vật phóng sanh, lại cứu giúp cho rất nhiều người khốn khó trong vùng.

Ông làm việc phước thiện được một thời gian thì quả nhiên sanh được một đứa con trai. Về sau đứa con ấy lại thi đỗ cử nhân, làm quan đến chức Hiếu liêm.

Phóng sanh kéo dài mạng sống

Niên hiệu Đạo Quang đời nhà Thanh, ở Hồ Quảng có quan tổng đốc Lâm Tắc Từ, tự Thiểu Mục kể lại câu chuyện rằng: “Thái thú Đồ Cầm Ổ là bạn tôi, người ở Tiền Đường. Khi chưa ra làm quan, vào mùa thu năm Tân Tỵ mắc bệnh nặng, thầy thuốc lại cho nhầm thuốc, mạng sống tưởng đã không còn, chỉ như ngàn cân treo sợi tóc. Trong khi ấy, quan thái thú liền lập nguyện lấy việc cứu vật giúp người để sám hối nghiệp chướng trước đây của mình, mọi việc khác đều không quan tâm đến nữa.

Một đêm nọ, ông nằm mộng mơ màng thấy Bồ Tát Quán Thế Âm hiện ra bảo: "Ngươi đời trước làm quan quá nghiêm khắc, tổn hại nhiều người, tuy chỉ là làm theo phép công nhưng không có sự cảm thông thương xót những kẻ khốn cùng, lại thường sát sanh nên nay phải chịu quả báo đoản mạng. May mà trong khi bệnh ngươi phát nguyện vị tha kiên cố, lúc nào cũng giữ tâm niệm cứu vật giúp người nhờ đó mà có thể được kéo dài mạng sống. Việc phóng sanh có thể giúp tăng thêm phước thọ, ngươi nên cố gắng làm thêm."

Sau khi tỉnh dậy, Đồ Cầm Ổ liền tỉnh ngộ, khuyên bảo cả nhà cùng giới sát, lại thường bỏ tiền mua vật mạng phóng sanh.

Mùa đông năm ấy ông bất ngờ được triều đình cho nhậm chức thái thú Cửu Giang, Viên Châu. Đến mùa đông năm sau thì bệnh cũng lành hẳn.

Quan thái thú họ Đồ tin sâu Phật pháp, lấy sự lợi tha làm đại nguyện, luôn cầu nguyện cho mọi người trong thiên hạ đều được phước báu, biết giới sát phóng sanh. Để giúp mọi người đều hiểu rõ và tin sâu vào lợi ích của việc phóng sanh, ông đã viết cuốn "Phóng sanh lục thư hậu", so sánh và làm rõ đạo lý bất sát của nhà Nho vốn cũng đã được truyền dạy trong nhiều thư tịch hiện đang lưu hành. Tuy nhiên, ông không hề nhắc đến chuyện cảm ứng trong mộng của mình, có lẽ vì sợ người đời không đủ lòng tin sẽ cho đó là chuyện huyễn hoặc hay chăng? Mặc dù vậy, vì điều này vốn là thật có nên ở đây không thể không nhắc đến để cảnh tỉnh người đời.

Phong tục thời ấy xa xỉ hoang phí, bạn bè gặp nhau là mở tiệc tùng, sát sanh hại vật. Chỉ có quan Trung thừa Trương Lan Chữ ở Quy An là giữ giới không giết hại. Có lần khi Trương Lan Chữ trấn giữ huyện Ngô ở Giang Tô đã từng viết sách "Giới sát chi chú thích" để khuyên khắp quan lại và bá tánh nên hạn chế sự giết hại sinh mạng.

Lúc bấy giờ, có một vị quan nói: "Đại thần chấp chính nên lấy cái đói của dân làm cái đói của mình, còn sự nhân từ đối với loài cầm thú chẳng phải là việc cần làm vội."

Các quan nghe thế, ai cũng cho là có lý, không thèm quan tâm đến việc giới sát, chỉ có Đỗ thái thú nghiêm sắc mặt nói: "Từ xưa đến nay, chỉ có những vị quan thương dân mới biết thương xót động vật; chưa từng có vị quan nào biết thương xót cầm thú mà không thương trăm dân. Chúng ta nên học theo quan Trung thừa thương dân ái vật mới là đạo lý nhân đức, sao lại nghi ngờ?"

Thái thú Đỗ Cầm Ổ có cách hiểu sâu sắc như vậy chính là nhờ đã tự mình giới sát nhiều năm. Lại nghe rằng người cha của Đỗ thái thú trước đây lớn tuổi mới sanh con nên lập tức lập nguyện giới sát phóng sanh, mong con có thể học hành thành đạt, hiển danh ở đời. Đỗ thái thú quả nhiên xuất thân hàn vi, được Bồ Tát Quán Âm ứng mộng trong khi bệnh, nhờ hạt giống phước đức mà có được mọi điều tốt lành.

Cứ xem theo tấm gương của quan Thái thú họ Đỗ thì sự nhân từ có thể chuyển hoá sự nghiệp ở đời, giúp thiên hạ được thái bình, nhân dân an lạc, cho đến tiêu trừ tai ách, kéo dài tuổi thọ. Tất cả những quả báo tốt đẹp ấy như bóng theo hình, không sai một mảy may, đều do tâm niệm giới sát phóng sanh mà có được.

Định số có thể thay đổi

Viên Liễu Trang là người giỏi đoán tướng số, lường trước được những việc họa phúc ở đời. Có một vị quan của triều đình dẫn đứa con trai nhỏ đến coi tướng, Viên Liễu Trang quan sát kỹ, bảo đứa bé này chắc chắn yểu mạng. Vị quan nghe vậy rất lấy làm lo lắng.

Sau lại gặp một vị đại sư khuyên vị quan ấy rằng: "Đại nhân không phải lo, chỉ cần biết làm lành lánh dữ, tích tạo phước đức thì những nghiệp báo trước đây cũng có thể xoay chuyển được. Hơn nữa, muốn tạo phước lành thì chỉ có việc phóng sanh là tốt nhất, vì trong đời này không có gì quý hơn mạng sống."

Thế là vị quan liền nghe theo, lập nguyện phóng sanh. Trải qua mấy năm liền thường làm việc phóng sanh không mỏi mệt, tiền của bỏ ra nhiều vô kể, mà công sức cũng không thể nói hết. Hễ nghe nói ở đâu có vật mạng bị săn bắt, giết hại liền tìm đến bỏ tiền ra mua để phóng sanh; lại còn khuyên bảo và giúp đỡ cho rất nhiều người vốn làm những nghề săn bắt, đánh cá để họ chuyển sang làm những nghề khác. Về sau quả nhiên đứa con trai bình an vô sự. Viên Liễu Trang gặp lại lấy làm kỳ lạ, hỏi ra mới biết việc phóng sanh tích đức trong những năm qua của vị quan này liền cảm thán: "Pháp Phật quả thật cao siêu mầu nhiệm, cho dù định nghiệp khắt khe đến đâu cũng đều có thể chuyển hóa được."

Từ đó cho đến những năm cuối đời ông thường hết lời khuyên bảo mọi người nên làm việc phóng sanh, có thể chuyển hóa được số mạng.

Làm lành con trai được quý hiển

Uông công Lương Lâm là người có tánh tiết kiệm, hết sức dè sẻn trong việc chi tiêu nhưng lại đặc biệt thích làm việc phóng sanh. Mỗi khi trong nhà có việc vui mừng hay vào ngày sinh nhật của mình đều mua rất nhiều cua, ốc... để phóng sanh. Thấy chim bị nhốt trong lồng cũng mua phóng sanh.

Bạn bè của con ông trong ngày sinh nhật ông muốn bày tiệc ăn uống ca hát chúc mừng, ông bảo: "Tiêu xài vào việc sát sanh, chi bằng dùng tiền ấy vào việc phóng sanh." Nghe theo lời khuyên dạy của ông, số bạn trẻ làm việc phóng sanh ngày càng nhiều hơn. Vì thế số lượng sanh mạng đã nhờ ông mà thoát chết thật không biết bao nhiêu mà tính đếm.

Một năm nọ, có một con trâu hàng xóm bị người ta bán giết thịt, trâu bỗng nhiên chạy đến trước cổng nhà ông, quỳ hai chân trước xuống, như muốn xin ông cứu mạng. Uông công liền bỏ tiền ra mua, mang về nuôi.

Về sau, con trai Uông công được quý hiển ở triều đình. Bản thân ông tuy chưa từng làm quan nhưng cũng được triều đình đặc biệt phong tặng tước Uông công để biểu thị ân sủng.

Phước báo của việc ăn chay

Cố Thuận Chi ở huyện Thường Thục, Giang Tô xưa nay ăn chay giữ giới. Vào ngày mồng 1 tháng 2 năm Canh Tuất đột nhiên ngã lăn ra bất tỉnh, bảy ngày sau mới tỉnh.

Sau khi tỉnh dậy, Chi thuật lại: "Tôi nằm mộng thấy một vị tăng dẫn tôi đi nghe kinh. Đến một ngôi chùa trang nghiêm, trên Pháp đường trước có một pháp sư giảng kinh Kim Cang; Pháp đường sau có một pháp sư giảng kinh Báo Ân. Giảng kinh xong, khuyên mọi người rằng: 'Những người trì trai giữ giới nên kiên tâm niệm Phật; những người còn ăn mặn cũng phải kiêng việc sát sanh. Như vậy không những siêu độ cho cha mẹ, mà còn giảm được nghiệp tội cho chính mình.'

"Lúc ấy, tôi bỗng nhìn thấy một người xưng là mẹ tôi đang than khóc trong hồ máu, có vô số ốc, giun vây quanh cắn rỉa thân thể, bất giác lòng đau xót không chịu được. Vị tăng bảo tôi: 'Người mẹ đời nay của con đã được vãng sanh, người đó là mẹ con trong đời trước, do khi còn sống rất thích ăn thịt vịt, sát sanh rất nhiều cho nên sau khi chết đọa vào địa ngục, bị nhiều côn trùng vây quanh cắn rỉa thân thể.' Tôi nghe như vậy lấy làm kinh hoảng, hốt nhiên tỉnh dậy."

Khi Cố Thuận Chi tỉnh dậy mới biết là mình đã hôn mê qua bảy ngày rồi.

Từ đó về sau, Cố Thuận Chi hết lòng ăn chay giới sát, thường làm việc phóng sanh hồi hướng công đức cầu nguyện cho mẹ, lại phát tâm trì chú vãng sanh. Một hôm nằm mộng thấy người mẹ kia hiện về nói: "Nhờ công đức phóng sanh và trì chú của con, nay ta đã được độ thoát."

Phổ khuyến chuộc tội

Thư sinh Mạnh Triệu Tường ở huyện Giao Hà, Hà Bắc, thi đậu Hương thí nhưng thân thể suy nhược, mắc bệnh tỳ rất nguy kịch. Một đêm mộng thấy đi xuống âm phủ, gặp Diêm vương bảo rằng: "Con có biết thọ mạng của con sắp hết không? Lại có biết là hai đời ông, cha của con đều vì bệnh tỳ mà chết, nguyên nhân là vì sao không?"

Mạnh Triệu Tường không dám trả lời. Diêm vương nói: "Hai đời ông, cha của con đều do sát sanh rất nhiều mà phải chịu quả báo như vậy. Phước lộc của con vốn rất lớn, từ nay về sau nếu giới sát phóng sanh, đồng thời viết lại chuyện thấy nghe trong mộng để khuyến hóa người đời thì có thể chuộc tội." Mạnh Triệu Tường dập dầu lạy tạ xin nghe theo.

Tỉnh dậy từ đó liền lập nguyện giới sát và viết lại câu chuyện này thành bài "Mộng trung thiên" lưu truyền ở đời.

Về sau, Mạnh Triệu Tường quả nhiên khỏi bệnh, lại thi đậu tiến sĩ, làm quan đến chức Lại bộ Thượng thư.

Chép kinh khỏi tội

Phan Quả sống vào thời nhà Đường, tuổi chưa tới 20, làm một chức quan nhỏ dưới triều Đường Cao Tổ. Có một lần, Phan Quả cùng các bạn đi chơi trong rừng gặp một con dê lạc, cả bọn vây lại bắt về. Trên đường đi, dê kêu be be, Phan Quả sợ chủ nhân nghe thấy nên đã cắt lưỡi dê. Dê máu me đầy miệng, đau đớn không thể tả. Cả bọn đêm ấy giết dê ăn thịt.

Một năm sau, lưỡi của Phan Quả bỗng nhiên tụt dần vào, đành phải trần tình xin từ chức. Quan huyện lịnh Phú Bình là Trịnh

Dư Khánh nghi Phan Quả giả bộ, liền lịnh anh ta há miệng để kiểm tra. Quả nhiên thấy lưỡi tụt vào gần hết, chỉ còn một chút như hạt đậu.

Huyện lịnh thấy lạ liền hỏi nguyên do, Phan Quả lấy bút viết lại tự sự, huyện lịnh liền bảo Phan Quả chí thành chép kinh Pháp Hoa làm công đức, hồi hướng cầu siêu cho dê. Phan Quả liền làm theo lời huyện lịnh, phát tâm kính tín, hằng ngày trai giới chí thành chép kinh, suốt nhiều năm không hề gián đoạn.

Qua mấy năm sau, lưỡi của Phan Quả dần dần dài ra như cũ. Phan Quả đến quan phủ xin tạ, huyện lịnh thấy anh ta biết sửa lỗi làm lành, liền cho nhậm chức quan lý chánh.

Huyện lịnh Trịnh Khánh Dư đến năm Trinh quán đời Đường được thăng làm Giám sát ngự sử. Chính ông đã kể chuyện này cho mọi người.

Cách hay nhất để kéo dài tuổi thọ

Thái phu nhân của quan hàn lâm Từ Tứ Dư là người họ Hứa, ở huyện Côn Sơn, Giang Tô, nghiêm trì trai giới, thường làm các việc lành, hằng ngày lễ Phật tụng kinh không hề gián đoạn.

Mùa đông năm Đinh Sửu, niên hiệu Sùng Trinh nhà Minh, Thái phu nhân mừng sinh nhật thứ 60 của mình. Thái phu nhân thường tu phước, thiết trai cúng dường chư tăng, mang tất cả lễ vật mừng sinh nhật bán đi dùng tiền in kinh ấn tống và làm chay tất cả, rồi tặng khách mỗi người một bộ kinh.

Những người biết tu tạo phước đức, không ai là không khen ngợi.

Về sau Thái phu nhân thọ mạng lâu dài, thường mạnh khỏe không bịnh tật, con cháu đông đúc, thảy đều vinh hiển.

Nhân từ được hưởng thái bình

Nghiêm Thiệu Đình kể rằng: "Vào thời nhà Minh, có cư sĩ họ Vương đến bái kiến một vị đại sư ẩn tu trong núi sâu, thưa rằng: 'Đời nay giặc cướp nổi dậy khắp nơi, chiến tranh liên miên, hàng triệu người phải chết. Xin thầy từ bi ra tay cứu giúp.' Đại sư nói: 'Muốn cho thiên hạ thái bình chỉ có một cách duy nhất là khuyên mọi người hãy giới sát phóng sanh.'

Những năm gần đây, toàn cầu chiến tranh không dứt, mất mùa, ôn dịch, thiên tai, hỏa tai xảy ra liên tục. Suy cho cùng, tất cả đều do nghiệp giết hại của chúng sanh mà ra, hoàn toàn không phải do do trời giáng xuống hay quỷ thần gây họa. Nếu trong xã hội có một người biết giới sát thì ắt có một người tránh khỏi tai hoạ; một nhà giới sát thì có một nhà tránh khỏi tai hoạ. Rồi một thôn, một xã, một huyện, một tỉnh, cho đến cả một nước biết giới sát tất cả những người đó đều tránh khỏi tai hoạ.

Người đời thường hay đổ vạ cho trời, cho rằng mọi tai ách lớn đều do trời làm ra, đâu biết rằng nguyên nhân chính là do lòng người chưa biết ghê sợ chiến tranh. Nếu thật biết ghê sợ chiến tranh thì phải lập nguyện giới sát phóng sanh, được như vậy thì thiên hạ nhất định sẽ được thái bình. Vì sao vậy? Vì nhân giết hại tạo quả giết hại, đã gây nhân rồi làm sao không lãnh quả? Người đời nay giết hại động vật bằng dây chuyền máy móc, chỉ một loáng đã có không biết bao nhiêu sinh mạng phải lìa đời. Nghiệp giết hại nặng nề như thế, nếu như vẫn được an hưởng thái bình mới là chuyện quái lạ!

Gà báo ơn

Quan địa phương Lý Tư ở Cù Châu, Triết Giang, có một lần đến nhà một dân nghèo trong thôn thu thuế. Nhà ấy chỉ có một con gà mẹ đang ấp trứng, định giết thịt đãi Lý Tư.

Lý Tư vừa đến nhà bỗng thoáng thấy trong vườn dâu có một đứa bé gái áo vàng cầu xin tha mạng. Lý Tư kinh dị không biết chuyện gì, tiếp đó thấy người nhà cầm con dao ra bắt con gà mái màu vàng đang ấp trứng. Lý Tư trong lòng hoang mang nghi ngại, vội vàng cản lại không cho giết gà. Con gà nhờ đó được cứu thoát.

Lần sau, khi Lý Tư đến nhà ấy thì thấy gà mẹ dẫn bầy con đến nhảy múa trước mặt ông, như muốn cảm ơn. Khi Lý Tư lo công việc xong ra về, vừa đi được mấy trăm bước, bất ngờ gặp một con cọp xuất hiện. Khi đang hoảng hốt lo sợ, bỗng thấy gà mẹ hung hăng bay đến mổ tới tấp vào mắt cọp, Lý Tư nhờ đó chạy thoát khỏi nạn cọp dữ.

Ba ba trả ơn

Hoàng Đức Khôi bảo người hầu nấu ba ba, dùng cái nón tre làm vung. Nấu một hồi, người hầu giở cái nón ra xem, thấy con ba ba ngửa mặt bám trên cái nón, phần lưng đã bị nấu chín rục, nhưng phần đầu và bốn chân vẫn còn nhúc nhích. Người hầu thấy vậy thương xót, lén mang thả xuống hồ.

Sau, người hầu bị bệnh sốt cao, hơi thở thoi thóp, Hoàng Đức Khôi mới đưa anh ra ra ngôi nhà cạnh hồ điều dưỡng. Đêm đó có một con vật, từ từ bò lên mình người hầu. Anh ta lúc ấy cảm thấy toàn thân mát mẻ, đến sáng, hơi tỉnh, thấy được cảnh vật, mới thấy trên ngực dính đầy bùn, có một con ba ba dưới bùn, chậm chạp ngước mặt nhìn lên ngúc ngắc đầu mấy lần rồi bò đi. Sau đó bệnh anh ta cũng lành hẳn.

Ếch báo án

Quận thừa Trương công ở huyện Thiệu Hưng, Triết Giang làm chức Tá trị, được thăng làm thái thú huyện Kim Hoa, Triết Giang.

Khi Trương công rời Thiệu Hưng, trên đường đến Kim Hoa nhậm chức, đi qua một cánh đồng hoang, thấy hai bên đường có rất nhiều ếch, cùng ngửa mặt lên trời như kêu oan. Trương công thấy lạ, bèn xuống xe quan sát, những con ếch liền đua nhau nhảy về phía trước dẫn đường. Đến giữa đồng ruộng liền phát hiện thấy ba xác chết chất một đống.

Trương công cho người nhấc hai thi thể lên, phát hiện thi thể phía dưới vẫn còn nhúc nhích, Trương công lập tức tưới nước ấm lên cứu sống. Chốc lát, người ấy tỉnh lại, kể rằng: "Tôi là nhà buôn, trên đường gặp hai người, vai gánh hai gánh ếch định ra chợ bán. Tôi thấy tội nghiệp nên mua hết phóng sanh. Hai người ấy nói: 'Ở đây nước cạn, phóng sanh cũng bị người ta bắt lại. Đằng trước có ao phóng sanh, hai chúng tôi dẫn anh đi.' Lúc ấy tôi chẳng nghi ngờ gì, liền đi theo họ đến đây. Không ngờ hai người ấy, đánh lén đằng sau, tôi té xuống bất tỉnh nhân sự. Hai người giúp việc cho tôi, mang tiền tài đi sau tôi rất xa, bị hai người ấy dụ đến đây giết, cướp hết tài sản."

Quận thừa Trương công lập tức cho người đuổi bắt, không lâu thì bắt được cả người cả vật. Qua thẩm vấn, tất cả đều nhận tội, thế là phán quyết lấy tội chết đền mạng, của cải trả về cho chủ.

Giả ăn chay

Có một người ở huyện Vô Tích, Giang Tô đi xa thăm bà con. Người bà con ấy muốn giết gà để khoản đãi. Người ấy biết được, vội vàng nói: "Ấy chết, tôi ăn chay, không ăn thịt được, xinđừng giết gà." Người bà con nghe vậy liền làm thức ăn chay để mời.

Đến khi người ấy trở về, trên đường phải qua sông, vừa bước lên thuyền bỗng thấy trên bờ sông có một ông già tóc bạc phơ đứng gọi lớn: "Trên thuyền có một người giả ăn chay, không được qua sông."

Mọi người nghe tiếng gọi hoang mang nhìn nhau, không biết ai là người giả ăn chay.

Người kia liền tự nhận: "Chính là tôi đây. Tôi vốn không ăn chay, vì người bà con tôi muốn giết gà chiêu đãi, tôi thấy tội nghiệp con gà nên đành phải giả nói là ăn chay."

Mọi người xô đẩy anh ta lên bờ, không cho đi thuyền nữa! Người ấy lên bờ liền đi tìm ông già tóc bạc, nhưng không thấy đâu cả. Ngay lúc ấy quay đầu lại thì thấy chiếc thuyền vừa ra đến giữa dòng bỗng gặp một trận cuồng phong thổi đến. Thuyền lật úp, mọi người đều chết chìm. Hóa ra chỉ riêng người ấy được thoát nạn.

Thật là nhân quả báo ứng rõ ràng trước mắt. Cứu mạng một con gà mà được thoát khỏi nạn chết chìm, huống chi có thể phát tâm rộng lớn làm việc phóng sanh cứu giúp muôn vật? Chỉ cần phát tâm làm lành thì lo gì không có sự cảm ứng.

Phật pháp giải oan

Chưởng trị kinh sư nhà Đường là Ân An Nhân, nhà giàu có, thường lên chùa Từ Môn cúng dường Tam bảo.

Năm đầu niên hiệu Nghĩa Ninh, vua Cung đế nhà Tùy, có một khách xa đến chơi ở lại nhà Ân An Nhân. Đêm đó đi ăn trộm lừa nhà người khác, mang về nhà Ân An Nhân giết thịt, trước khi đi mang da lừa tặng cho An Nhân.

Đến năm thứ 3 niên hiệu Trinh Quán nhà Đường, một hôm nọ, An Nhân trên đường đi bỗng gặp một người bảo: "Có sứ giả truy bắt ông, ngày mai trời vừa sáng thì ông phải chết."

An Nhân lo sợ đi thẳng đến chùa Từ Môn, ngồi trước điện Phật tụng kinh suốt đêm hôm đó.

Hôm sau, quả nhiên có ba phán quan dẫn theo mấy chục quỷ sứ, người nào cũng mang binh khí, dáng vẻ hung hăng, đến ngoài cửa chùa đứng gọi An Nhân ra. An Nhân mặc kệ, tụng kinh càng chí thành hơn. Bọn quỷ nói với nhau: "Hôm qua không bắt ngay, hôm nay nó chí thành tụng kinh tu phước, làm sao bắt được?" Vì thế kéo nhau về, chỉ để lại một người trông chừng.

Người ở lại nói với An Nhân: "Anh trước đây giết lừa, bây giờ lừa tố cáo anh, vì thế Diêm vương sai chúng tôi đến để bắt anh, anh không chịu ra mặt, cuối cùng thì cũng không thể chạy thoát. Anh trốn cũng không ích gì."

An Nhân trả lời: "Con lừa ngày xưa là do người ta ăn trộm về nhà tôi giết, rồi tặng cho tôi tấm da, đâu phải tôi giết, sao lại bắt tôi? Xin anh trở về nói lại cho lừa hay, tôi không có giết nó. Nay tôi sẽ tụng kinh siêu độ cho nó, giải trừ oan nghiệp."

Quỷ sứ nhận lời, nói: "Nếu lừa nếu không chịu, ngày mai tôi lại đến; còn nếu lừa chịu, ngày mai tôi không đến nữa." Nói xong quay lưng bỏ đi.

Ngày mai không thấy quỷ sứ đến, An Nhân tụng kinh hồi hướng cầu siêu cho lừa, từ đó cả nhà giới sát ăn chay.

Câu chuyện này do Lô Văn Lệ kể lại, lúc ấy Ân An Nhân vẫn còn sống.

MỤC LỤC

Lời thưa

Trong kinh Pháp Cú, đức Phật dạy rằng: "Pháp thí thắng mọi thí." Thực hành Pháp thí là chia sẻ, truyền rộng lời Phật dạy đến với mọi người. Mỗi người Phật tử đều có thể tùy theo khả năng để thực hành Pháp thí bằng những cách thức như sau:

1. Cố gắng học hiểu và thực hành những lời Phật dạy. Tự mình học hiểu càng sâu rộng thì việc chia sẻ, bố thí Pháp càng có hiệu quả lớn lao hơn. Nên nhớ rằng **việc đọc sách còn quan trọng hơn cả việc mua sách**.

2. Phải trân quý kinh điển, sách vở in ấn lời Phật dạy. Khi có điều kiện thì mua, thỉnh về nhà để tự mình và người trong gia đình đều có điều kiện học hỏi làm theo. Không nên giữ làm của riêng mà phải sẵn lòng chia sẻ, truyền rộng, khuyến khích nhiều người khác cùng đọc và học theo. Không nên để kinh sách nằm yên đóng bụi trên kệ sách, vì **kinh sách không có người đọc thì không thể mang lại lợi ích**.

3. Tùy theo khả năng mà đóng góp tài vật, công sức để hỗ trợ cho những người làm công việc biên soạn, dịch thuật, in ấn, lưu hành kinh sách, **để ngày càng có thêm nhiều kinh sách quý được in ấn, lưu hành**.

Thông thường, việc chi tiêu một số tiền nhỏ không thể mang lại lợi ích lớn, nhưng nếu sử dụng vào việc giúp lưu hành kinh sách thì lợi ích sẽ lớn lao không thể suy lường. Đó là vì đã giúp cho nhiều người có thể hiểu và làm theo lời Phật dạy. Mong sao quý Phật tử khắp nơi đều lưu tâm đóng góp sức mình vào những việc như trên.

- Mua thỉnh kinh sách về đọc, tự mình sẽ được rất nhiều lợi ích.

- Chia sẻ, truyền rộng bằng cách cho mượn, biếu tặng kinh sách đến nhiều người thì lợi ích ấy càng tăng thêm gấp nhiều lần.

- Đóng góp công sức, tài vật để hỗ trợ công việc biên soạn, dịch thuật, giảng giải, in ấn, lưu hành kinh sách thì công đức lớn lao không thể suy lường, vì có vô số người sẽ được lợi ích từ việc lưu hành kinh sách.

9 798215 961629